ನಿಮಗೆ ತಿಳಿದಿರಲಿ-6

ಪ್ಯಾಲೇಸ್ತೀನ್ ಪ್ರಶ್ನೆ

ಎಂ. ಇಕ್ಬಾಲ್ ಹುಸೇನ್
ವಸಂತರಾಜ ಎನ್.ಕೆ.

ಚಿಂತನ ಪುಸ್ತಕ

PALESTEEN PRASHNE-NIMAGE TILIDIRALI: - A Primier on the Palestine Question

by M.Iqbal Hussain & Vasantharaja N K

Published by Chinthana Pusthaka

©Author

Edition   : I
First Impression   : January 2016
Second Impression : 18-10-2023
ISBN   : 978-93-81187-37-1
Pages   : 76(72+4)

Paper   :   Demi 1/8, 70 GSM NS

Cover Page   :   Artboard 300GSM

Cover Page Design   :   Ramu M

Author   :   M Iqbal Hussain
                5A, 2nd Main, 2nd Cross
                Rahamat Nagar, R T Nagar Post
                Bangalore - 560032

Publisher   :   Chinthana Pusthaka
                #405, 1st Main, 10th Cross
                Dollars Colony, J.P.Nagara 4th Phase
                Bengaluru - 560078

                Phone: 99022-49150
                web : chinthanapusthaka.wordpress.com
                        chinthanapusthaka.blogspot.com
                email : chintana.pustaka@gmail. com

Printers and :   Repro Books Limited
Distributor

ಪ್ಯಾಲೇಸ್ತಿನಿಯರ ಹೂವು ಬೀಳದಿರಲಿ

'ನಾನು ಒಂದು ಕೈಯಲ್ಲಿ ಹೂವು ಮತ್ತು
ಇನ್ನೊಂದು ಕೈಯಲ್ಲಿ ಗನ್ ಹಿಡಿದು ಬಂದಿದ್ದೇನೆ.
ನನ್ನ ಕೈಯಲ್ಲಿರುವ ಹೂವು ಬೀಳದಂತೆ ನೋಡುವುದು
ನಿಮ್ಮ ಜವಾಬ್ದಾರಿ

– ಯಾಸೆರ್ ಅರಾಫತ್

ಇದು ಪ್ಯಾಲೇಸ್ತಿನಿ ಜನತೆಯ ನಾಯಕ ವಿಶ್ವಸಂಸ್ಥೆಯಲ್ಲಿ ಮಾತನಾಡುತ್ತಾ ಇಡೀ ಜಗತ್ತಿನ ಸರಕಾರಗಳನ್ನು ಜನತೆಯನ್ನೂ ಉದ್ದೇಶಿಸಿ ಹೇಳಿದ ಮಾತುಗಳು. ಹಾಗೇ ಆಗಿದೆ. ಪ್ಯಾಲೇಸ್ತಿನಿಯರ ಕೈಯಲ್ಲಿ ಹೂವೂ ಬೀಳುತ್ತಲೇ ಇದೆ. ಗನ್ನೂ ಹಿಡಿಯದಂತಹ ಪರಿಸ್ಥಿತಿಯನ್ನು ಜಗತ್ತು ತಂದಿಟ್ಟಿದೆ.

ಪ್ಯಾಲೇಸ್ತಿನಿ ಪ್ರಶ್ನೆ ಜಗತ್ತಿನ ಅತ್ಯಂತ ಸಂಕೀರ್ಣ ಪ್ರಶ್ನೆ. ಯಾಕೆಂದರೆ ಅದು ಅವರ ಪ್ರಶ್ನೆ ಮಾತ್ರವಲ್ಲ. ಅವರ ತಾಯ್ನಾಡಿನ ಸ್ಥಾಪನೆಗೆ ಶತಾಯ-ಗತಾಯ ತಡೆಯೊಡ್ಡುತ್ತಿರುವ, ಇಡೀ ಮಧ್ಯಪ್ರಾಚ್ಯ ಪ್ರದೇಶದ ಮೇಲೆ ತಮ್ಮ ಪೂರ್ಣ ಹಿಡಿತ ಸಾಧಿಸಲು ಪ್ರಯತ್ನಿಸುತ್ತಿರುವ ಅಮೆರಿಕ-ಇಸ್ರೇಲಿ ಕೂಟದ ಹುನ್ನಾರಗಳಿಗೆ ಪ್ರತಿರೋಧದ ಬಗೆಯ ಪ್ರಶ್ನೆ. 'ಭಯೋತ್ಪಾದನೆಯ ವಿರುದ್ಧ ಮುಗಿಯದ ಯುದ್ಧ'ದ ಹೆಸರಲ್ಲಿ ಎಲ್ಲಾ ಜನತೆಯ ಸ್ವಾತಂತ್ರ್ಯ, ಹಕ್ಕುಗಳನ್ನು ಕಸಿಯುವುದಕ್ಕೆ ಪ್ರಯತ್ನಿಸುತ್ತಿರುವ ಜಗತ್ತಿನ ಏಕಮಾತ್ರ ಸೂಪರ್ ಪವರ್‌ನ್ನು ತಡೆಯುವ ಬಗೆ ಹೇಗೆ ಎಂಬ ಪ್ರಶ್ನೆ. ಪ್ಯಾಲೆಸ್ತೀನ್ ಸ್ವಾತಂತ್ರ್ಯ ಪಡೆಯದೆ ನಮ್ಮೆಲ್ಲರ ಸ್ವಾತಂತ್ರ್ಯ ಅಪೂರ್ಣ ಎಂಬ ಮಂಡೇಲಾ ಹೇಳಿಕೆ ಅಕ್ಷರಶಃ ನಿಜ. ಇಂತಹ ಪ್ಯಾಲೇಸ್ತಿನ್ ಪ್ರಶ್ನೆ ಬಗ್ಗೆ ಪರಿಚಯ ಮಾಡಿಕೊಡುವ ಒಂದು ಪುಸ್ತಕ ಪ್ರಕಟಿಸಬೇಕೆಂಬುದು ನಮ್ಮ ಹೆಬ್ಬಯಕೆಗಳಲ್ಲಿ ಒಂದಾಗಿತ್ತು. 'ಪ್ಯಾಲೇಸ್ತಿನ್ ಪ್ರಶ್ನೆ-ನಿಮಗೆ ತಿಳಿದಿರಲಿ' ಮೂಲಕ ಅದು ಈಗ ಈಡೇರಿದೆ.

'ನಿಮಗೆ ತಿಳಿದಿರಲಿ' ಮಾಲಿಕೆಯಲ್ಲಿ ಕನ್ನಡದ ಓದುಗರಿಗೆ ತಿಳಿಯದ ಆದರೆ ತಿಳಿಯಲೇಬೇಕಾದ, ತಿಳಿದಿದ್ದರೆ ಇನ್ನೂ ಸಮಗ್ರವಾಗಿ ಆಳವಾಗಿ ತಿಳಿಯಬೇಕಾದ – ವ್ಯಕ್ತಿಗಳು, ಚಾರಿತ್ರಿಕ ಘಟನೆಗಳು, ಪರಿಕಲ್ಪನೆಗಳು, ವಾದಗಳು, ಸಂಸ್ಥೆಗಳು ಮುಂತಾದ – ವಿಷಯಗಳ ಬಗ್ಗೆ ಸಮಗ್ರ ತಿಳುವಳಿಕೆ

ಕೊಡುವ ಉದ್ದೇಶ ನಮ್ಮದು. ಇಂತಹ ಕೈಪಿಡಿ ಆಯ್ದ ವಿಷಯದ ಬಗ್ಗೆ ಕುತೂಹಲ ಕೆರಳಿಸುವ, ಇನ್ನೂ ವಿವರವಾದ ಓದಿಗೆ ಹಾಗೂ ಆಳವಾಗಿ ತಿಳಿದುಕೊಳ್ಳಲು ಪ್ರಚೋದಿಸುವ ರೀತಿಯಲ್ಲಿ ಇರುತ್ತದೆ. ಅಂತಹ ವಿವರವಾದ ಓದಿಗೆ ಆಕರ ಒದಗಿಸುವಂತಹುದೂ ಆಗಿರುತ್ತದೆ. ಈವರೆಗೆ ಪ್ರೊ. ಡಿ.ಡಿ.ಕೊಸಾಂಬಿ, ಆಧುನಿಕೋತ್ತರವಾದ, ಸೋವಿಯೆಟ್ ಒಕ್ಕೂಟ, ಗಲ್ಫ್ ಯುದ್ಧ 1990–91, ಬಿಡುಗಡೆಗಾಗಿ ಶಿಕ್ಷಣ – ಇವುಗಳ ಮೇಲೆ 'ನಿಮಗೆ ತಿಳಿದಿರಲಿ' ಮಾಲಿಕೆಯಲ್ಲಿ ಐದು ಪುಸ್ತಕಗಳು ಬಂದಿವೆ. ಇದು ಆ ಮಾಲಿಕೆಯಲ್ಲಿ ಆರನೇ ಪುಸ್ತಕ.

'ಪ್ಯಾಲೇಸ್ಟಿನ್ ಪ್ರಶ್ನೆ–ನಿಮಗೆ ತಿಳಿದಿರಲಿ' ಈ ಪ್ರಶ್ನೆಯ ಚಾರಿತ್ರಿಕ ಹಿನ್ನೆಲೆ, ಪ್ಯಾಲೇಸ್ಟಿನಿ ಸ್ವಾತಂತ್ರ್ಯ ಹೋರಾಟ ಮತ್ತು ಶಾಂತಿ ಮಾತುಕತೆಗಳು ಹಾದು ಬಂದಿರುವ ಹಂತಗಳು, ಈ ಪ್ರಶ್ನೆಯ ಪರಿಹಾರಕ್ಕೆ ತೊಡಕಾಗಿರುವ ಅಂಶಗಳು, ಇಂದಿನ ಪರಿಸ್ಥಿತಿ, ಪರಿಹಾರ ಹೇಗೆ – ಮುಂತಾದ ಈ ಪ್ರಶ್ನೆಯ ಹಲವು ಆಯಾಮಗಳ ಪರಿಚಯ ಮಾಡುತ್ತದೆ. ಅವುಗಳ ಮೇಲೆ ಬೆಳಕು ಚೆಲ್ಲುತ್ತದೆ. ಈ ಪುಸ್ತಕ 'ಪ್ಯಾಲೇಸ್ಟಿನ್ ಪ್ರಶ್ನೆ'ಯನ್ನು ತಟಸ್ಥ ರೀತಿಯಲ್ಲಿ ವಿಶ್ಲೇಷಿಸುವುದಿಲ್ಲ. ಪ್ಯಾಲೇಸ್ಟಿನಿ ಜನತೆಯ ತಾಯ್ನಾಡು ಹೊಂದುವ ಮತ್ತು ಇತರ ಮಾನವ ಹಕ್ಕುಗಳ, ನ್ಯಾಯಯುತ ಅಂತರ್ರಾಷ್ಟ್ರೀಯ ನಿಯಮಗಳ ವಸ್ತುನಿಷ್ಠ ದೃಷ್ಟಿಯಿಂದ ನೋಡುತ್ತದೆ.

ಪ್ಯಾಲೇಸ್ಟಿನ್ ಪ್ರಶ್ನೆ, ಮಧ್ಯಪ್ರಾಚ್ಯ ಮತ್ತು ಇತರ ಅಂತರ್ರಾಷ್ಟ್ರೀಯ ವಿದ್ಯಮಾನಗಳನ್ನು ಕಳೆದ 2–3 ದಶಕಗಳಿಂದ ಸೂಕ್ಷ್ಮವಾಗಿ ವೀಕ್ಷಿಸುತ್ತಿರುವ, ವಿಶ್ಲೇಷಿಸುತ್ತಿರುವ ಇಕ್ಬಾಲ್ ಹುಸೇನ್ ಮತ್ತು ವಸಂತರಾಜ ಈ ಪುಸ್ತಕದ ಲೇಖಕರು. ಅವರಿಗೆ ಚಿಂತನ ಪುಸ್ತಕ ಚಿರಋಣಿ. ಈ ಪುಸ್ತಕದಲ್ಲಿ ಬಳಸಲಾದ ಚಿತ್ರಗಳು, ಮಾಹಿತಿಗಳನ್ನು ಹಲವು ಮೂಲಗಳಿಂದ ಪಡೆಯಲಾಗಿದೆ. ಇದನ್ನು ಒದಗಿಸಿದವರೆಲ್ಲರಿಗೆ ನಮ್ಮ ಕೃತಜ್ಞತೆಗಳು. ಅರ್ಥಪೂರ್ಣ ಮುಖಪುಟ ರಚಿಸಿ ಕೊಟ್ಟ ಎಂ. ರಾಮು ಅವರಿಗೂ, ಮುದ್ರಣದ ಜವಾಬ್ದಾರಿಯನ್ನು ಅಚ್ಚುಕಟ್ಟಾಗಿ ನಿರ್ವಹಿಸಿದ ಜಿ.ಚಂದ್ರಶೇಖರ್ ಮತ್ತು ಇತರ ಸಂಗಾತಿಗಳಿಗೂ ನಮ್ಮ ಧನ್ಯವಾದಗಳು.

ಪ್ಯಾಲೇಸ್ಟಿನಿಯರ ಕೈಯಲ್ಲಿರುವ ಹೂವು ಬೀಳದಿರಲಿ. ಅವರ ಸ್ವತಂತ್ರ ನಾಡಿನ ಕನಸು ನನಸಾಗಲಿ. ಆ ಮೂಲಕ ನಮ್ಮೆಲ್ಲರ ಸ್ವಾತಂತ್ರ್ಯ ಪೂರ್ಣವಾಗಲಿ. ಅದನ್ನು ಸಾಧ್ಯ ಮಾಡುವ ಜಾಗತಿಕ ಹೋರಾಟದಲ್ಲಿ ಈ ಪುಸ್ತಕ ಕಿರುಕಾಣಿಕೆ ಕೊಡಲಿ ಎಂಬುದು ನಮ್ಮ ಬಯಕೆ.

ಪ್ಯಾಲೇಸ್ಟೀನ್ ಪ್ರಶ್ನೆ

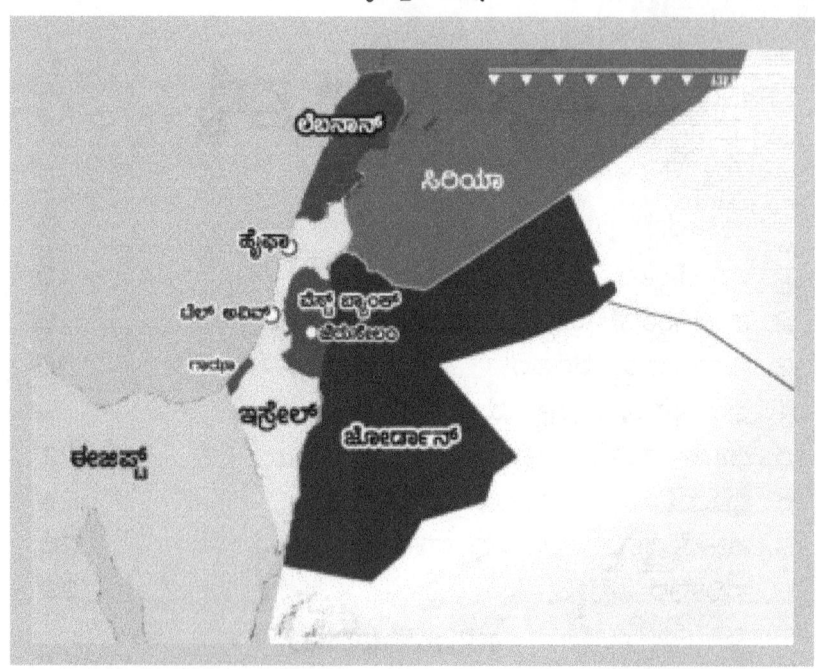

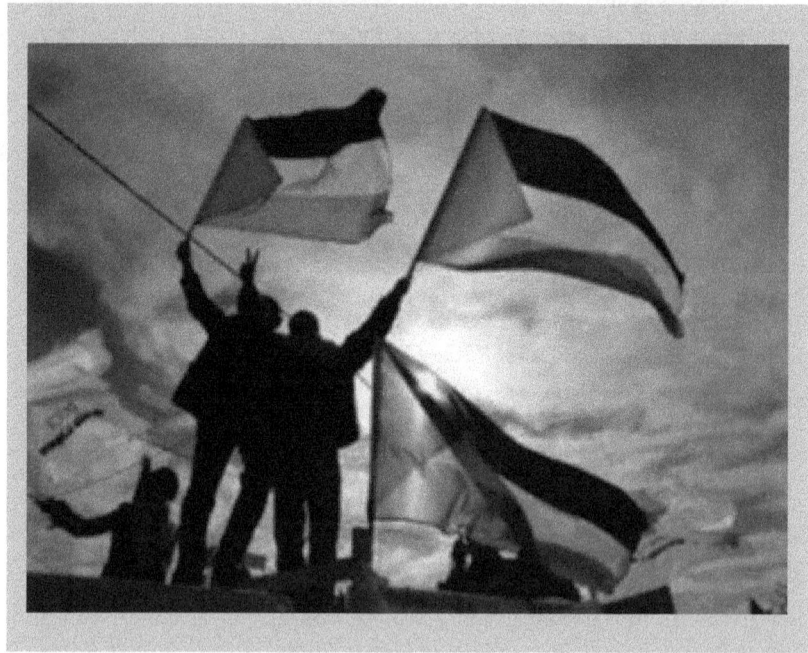

ಲೆಬನಾನ್
ಸಿರಿಯಾ
ಹೈಫಾ
ವೆಸ್ಟ್ ಬ್ಯಾಂಕ್
ಟೆಲ್ ಅವಿವ್
ಇಸ್ರೇಲ್
ಜೋರ್ಡಾನ್
ಈಜಿಪ್ಟ್

ಪ್ಯಾಲೇಸ್ತೀನ್ ಪ್ರಶ್ನೆ

ಪ್ಯಾಲೇಸ್ತೀನ್ ಸ್ವಾತಂತ್ರ್ಯ ಸಾಧಿಸದೆ
ನಮ್ಮ ಸ್ವಾತಂತ್ರ್ಯ ಅಪೂರ್ಣ
ಎಂಬುದು ನಮಗೆ ಚೆನ್ನಾಗಿ ಗೊತ್ತಿದೆ.
– ನೆಲ್ಸನ್ ಮಂಡೇಲಾ

ಪ್ಯಾಲೇಸ್ತೀನ್ ಪ್ರಶ್ನೆ ಪತ್ರಿಕೆಗಳಲ್ಲಿ, ದೃಶ್ಯ ಮಾಧ್ಯಮಗಳಲ್ಲಿ ಭೀಕರ ಹಿಂಸಾಚಾರ, ಸಾವು–ನೋವುಗಳ ಅಂಕಿ ಸಂಖ್ಯೆಗಳಲ್ಲಿ, ಧರ್ಮ–ರಾಷ್ಟ್ರೀಯತೆಗಳ ಸಂಘರ್ಷದ ಚರ್ಚೆಗಳಲ್ಲಿ ಹೂತು ಹೋಗಿದೆ. 'ನಿತ್ಯ ಸಾಯುವವರಿಗೆ ಆಳುವವರ್ಯಾರು' ಎನ್ನುವಂತಾಗಿದೆ. ಅದನ್ನು ಭಯೋತ್ಪಾದನೆ ವಿರುದ್ಧ ಹೋರಾಟ, ಆತ್ಮಹುತಿ ದಾಳಿಗಳಿಗೆ ಕ್ಷಿಪಣಿ ದಾಳಿಗಳ ಉತ್ತರ ಎಂದೂ ಬಿಂಬಿಸಲಾಗುತ್ತಿದೆ. ಪ್ಯಾಲೇಸ್ತೀನ್ ಪ್ರಶ್ನೆ ಸತತವಾಗಿ ಅರ್ಧ ಶತಮಾನಕ್ಕೂ ಮೀರಿದ ದೀರ್ಘ ಕಾಲದಿಂದ ಬಗೆಹರಿಯದೆ ಇರುವ ಪ್ರಶ್ನೆ. ಇಷ್ಟೇ ಸಂಕೀರ್ಣ ಎನಿಸಿದ್ದ ಐರಿಶ್ ಮತ್ತು ದಕ್ಷಿಣ ಆಫ್ರಿಕಾದ ವರ್ಣಬೇಧದ ಸಮಸ್ಯೆ ಕಳೆದ ಶತಮಾನದಲ್ಲೇ ಒಂದು ಹಂತದ ಪರಿಹಾರದವನ್ನಾದರೂ ಕಂಡವು. 20ನೇ ಶತಮಾನದಲ್ಲಿ ವಸಾಹತುಶಾಹಿ ಕೊನೆಗೊಳ್ಳುವ ಪ್ರಕ್ರಿಯೆಯ ಫಲವಾಗಿ ಆರಂಭವಾದ ರಾಷ್ಟ್ರೀಯ ವಿಮೋಚನೆಯ ಕೊನೆಯ ಕೊಂಡಿಯಾಗಿ ಇನ್ನೂ ಇತ್ಯರ್ಥವಾಗದೆ ಉಳಿದ ಪ್ರಶ್ನೆ. ಎರಡನೇ ಮಹಾಯುದ್ಧ ನಂತರದ ಶೀತಸಮರದ ಸುಳಿಯಲ್ಲಿ ಸಿಲುಕಿ ಇನ್ನಷ್ಟು ಸಂಕೀರ್ಣವಾದ ಪ್ರಶ್ನೆ. ಪಶ್ಚಿಮ ಏಶ್ಯಾದ ಅಗಾಧ ತೈಲ ಸಂಪತ್ತು ಮತ್ತು ಈ ಆಯಕಟ್ಟಿನ ಪ್ರದೇಶದ ಮೇಲೆ ಬಿಗಿ ಹಿಡಿತ ಸಾಧಿಸುವುದಕ್ಕಾಗಿ, ಧಾರ್ಮಿಕ–ಜನಾಂಗೀಯ ಕಲಹಗಳ ದುರ್ಬಳಕೆಯ ಸಾಮ್ರಾಜ್ಯಶಾಹಿಗಳ ದಾಳಕ್ಕೆ ಬಲಿಯಾದ ಪ್ರಶ್ನೆ. ಭಯೋತ್ಪಾದನೆಯ ವಿರುದ್ಧದ ಹೊಸ 'ಮುಗಿಯದ ಯುದ್ಧ'ದ ಭಾಗವೂ ಆಗಿ ಬಿಟ್ಟಿರುವ ಪ್ರಶ್ನೆ. ಕಳೆದ ಆರು ದಶಕಗಳಿಗೂ ಹೆಚ್ಚು ಕಾಲ ನರಮೇಧದ (ವಿವರಗಳಿಗೆ ಅನುಬಂಧ–5– '20 ಲಕ್ಷ ಪ್ಯಾಲೆಸ್ತಿನ್ನರ ನರಮೇಧ', ಪುಟ 46 ನೋಡಿ) ಪ್ರಮಾಣ ಮುಟ್ಟಿದ ಪ್ಯಾಲೆಸ್ತಿನ್ನರ ಸಾವು–ನೋವು ಒಂದೇ ಇಡೀ ಜಗತ್ತಿನ ಗಮನಹರಿಸುವಂತೆ ಮಾಡಿ ಅದರ ಪರಿಹಾರ ಹುಡುಕುವಂತೆ ಮಾಡಬೇಕಿತ್ತು. ಆದರೆ ಹಾಗಾಗುತ್ತಿಲ್ಲ. ಇದಕ್ಕೇನು ಕಾರಣ? ಪ್ಯಾಲೇಸ್ತೀನ್ ಪ್ರಶ್ನೆಯ ಈ ಹಲವು ಆಯಾಮಗಳನ್ನು ಪರಿಚಯ ಮಾಡುವ, ಅದಕ್ಕೆ ಪರಿಹಾರ ಹುಡುಕುವ ಪ್ರಯತ್ನ ಈ ಪುಸ್ತಕ.

ಯುರೋಪ್ ಖಂಡದ ರಾಜಕೀಯ ನಾಯಕರು ಯಹೂದಿಯರ ಮೇಲೆ ಎಸಗಿದ ಪೈಶಾಚಿಕ ಮಾರಣಹೋಮ, ಶೋಷಣೆಗಳಿಗೆ ಪಶ್ಚಿಮ ಏಶ್ಯಾದ ಪ್ಯಾಲೇಸ್ತೀನ್ ದೇಶ ಮತ್ತು ಅದರಲ್ಲಿ ಶತಮಾನಗಳಿಂದ ಬಾಳಿ, ಬದುಕಿ, ಗತಿಸಿಹೋದ ಮೂಲ ಪ್ಯಾಲೇಸ್ತೀನ್ ಜನತೆಯ ವಂಶಜರು ಶಿಕ್ಷೆ ಅನುಭವಿಸುತ್ತಿದ್ದಾರೆ. ಮೇಲುನೋಟಕ್ಕೆ ಇದು ಪ್ಯಾಲೇಸ್ತೀನಿ ಅರಬ್ಬರು ಮತ್ತು ಇಸ್ರೇಲಿನಲ್ಲಿ ನೆಲೆಸಿರುವ ಯಹೂದಿಯರ ನಡುವಿನ ಸಂಘರ್ಷ ಎನ್ನುವ ಭಾವನೆಯನ್ನು ಮೂಡಿಸುತ್ತದೆ. ಆದರೆ ಇದು ಎರಡು ಧರ್ಮಗಳ ನಡುವೆ ನಡೆಯುತ್ತಿರುವ ಹೋರಾಟವಲ್ಲ. ವಲಸಿಗರ ಆಕ್ರಮಣದಿಂದ, ತಮ್ಮ ತಾಯಿನಾಡು ಅಥವಾ ಮೂಲನೆಲೆಗಳನ್ನು ಹಾಗೂ ಅಸ್ತಿತ್ವವನ್ನು ಉಳಿಸಿಕೊಳ್ಳಲು ಪ್ಯಾಲೇಸ್ತೀನಿಯರು ನಡೆಸಿರುವ ಜೀವನ್ಮರಣದ ಹೋರಾಟದ ಪ್ರಶ್ನೆ. ಏಕೆಂದರೆ, ಪ್ಯಾಲೇಸ್ತೀನಿಯರು ಎಂದರೆ ಬರೀ ಅರಬ್ ಮೂಲದ ಮುಸ್ಲಿಮರು ಮಾತ್ರವಲ್ಲ, ಕ್ರಿಶ್ಚಿಯನ್ನರು ಹಾಗೂ ಡ್ರೂಜೆ ಧರ್ಮಗಳ ಅನುಯಾಯಿಗಳೂ ಇದ್ದಾರೆ.

ಮೂಲತಃ ಪ್ಯಾಲೇಸ್ತೀನ್ ಎಂದು ಶತಮಾನಗಳಿಂದ ಗುರುತಿಸಲ್ಪಡುತ್ತಿದ್ದ ದೇಶ ಎರಡನೇ ಮಹಾಯುದ್ಧದ ನಂತರ ಬ್ರಿಟನ್, ಅಮೇರಿಕಾ ಹಾಗೂ ಫ್ರಾನ್ಸ್ ದೇಶಗಳ ಕುಟಿಲ ಕೂಟ ನೀತಿಯ ಕಾರಣದಿಂದ ಮೂರು ಭಾಗಗಳಾಗಿ ವಿಭಜನೆಯಾಯಿತು. ಇದರಿಂದಾಗಿ ಇಸ್ರೇಲ್, ಜೋರ್ಡಾನ್ ನದಿಯ ಪಶ್ಚಿಮದಂಡೆ ಮತ್ತು ಗಾಜಾಪಟ್ಟಿಗಳು ಅಸ್ತಿತ್ವಕ್ಕೆ ಬಂದವು. ಇಸ್ಲಾಂ, ಕ್ರಿಶ್ಚಿಯನ್ ಹಾಗೂ ಯಹೂದಿ ಧರ್ಮಗ್ರಂಥಗಳಾದ ಕುರಾನ್, ಬೈಬಲ್ ಮತ್ತು ತೌರಾತ್‌ಗಳಲ್ಲಿ ಪ್ರಸ್ತಾಪಿಸಿರುವ ಜೆರುಸಲೇಂ, ನಜರತ್, ಸಿನಾಯ್, ಜೆರಿಕೋ ಕೆನಾನ್ ಹಾಗೂ ಡೋಮ್ ಆಫ್ ರಾಕ್‌ಗಳನ್ನು ಒಳಗೊಂಡಿದ್ದ ಇದು ಪ್ಯಾಲೇಸ್ತೀನ್ ವಿಶ್ವದ ಪ್ರಮುಖ ಮೂರು ಧರ್ಮಗಳ ಅನುಯಾಯಿಗಳಿಗೆ ಧಾರ್ಮಿಕವಾಗಿ ಪವಿತ್ರ ಯಾತ್ರಾ ಸ್ಥಳವೂ ಹೌದು. ಈ ಮೂರು ಧರ್ಮಗಳ ಆಚಾರ, ವಿಚಾರಗಳು, ಪೌರಾಣಿಕ ನಂಬಿಕೆಗಳು, ಚಾರಿತ್ರಿಕ ಸ್ಥಳಗಳ ವರ್ಣನೆಗಳು ಬಹುಮಟ್ಟಿಗೆ ಪರಸ್ಪರ ಸಾಮ್ಯತೆಗಳನ್ನು ಪಡೆದಿವೆ. ಯಹೂದಿಯರ ತೌರಾತ್ ಕ್ರಿಶ್ಚಿಯನ್ನರ ಬೈಬಲಿನ ಹಳೆಯ ಒಡಂಬಡಿಕೆಯೇ ಆಗಿದೆ. ಇಸ್ಲಾಂ ಧರ್ಮಗ್ರಂಥ ಕುರಾನ್, ಬೈಬಲಿನ ಹಳೆಯ ಒಡಂಬಡಿಕೆ ಮತ್ತು ತೌರಾತನ್ನು ಪವಿತ್ರ ಧರ್ಮಗ್ರಂಥಗಳೆಂದು ಮಾನ್ಯ ಮಾಡಿರುವುದಲ್ಲದೆ ಅವುಗಳಲ್ಲಿ ಹೇಳಿರುವ ಪ್ರಸ್ತಾಪಿಸಿರುವ ಘಟನೆಗಳನ್ನು, ದೃಷ್ಟಾಂತಗಳನ್ನು ಹಾಗೂ ಪ್ರವಾದಿಗಳನ್ನು ಪ್ರವಾದಿ ಆದಂ ನಂತರ ಪ್ರವಾದಿ ಮೊಹಮ್ಮದರು ಬರುವುದಕ್ಕೆ ಮೊದಲು ಗತಿಸಿಹೋದ ಪ್ರಸಂಗಗಳು ಹಾಗೂ ಪ್ರವಾದಿಗಳೆಂದು ಉಲ್ಲೇಖಿಸಿದೆ.

ಹೀಗೆ, ಧಾರ್ಮಿಕವಾಗಿ ಸಾಮರಸ್ಯಗಳನ್ನು ಹೊಂದಿದ್ದರೂ ಭೂಮಿಯ ಪ್ರಶ್ನೆ ಬಂದಾಗ, ಇಸ್ರೇಲ್ ತಮಗೆ 'ದೇವರು ವಾಗ್ದಾನ ನೀಡಿದ್ದ ಪವಿತ್ರ ಭೂಮಿ'ಯೆಂದು ಯಹೂದಿಯರು ಸಾಧಿಸುತ್ತಾರೆ. ಏಸುಕ್ರಿಸ್ತನ ಜನನ, ಜೀವನ ಹಾಗೂ ಐಕ್ಯಹೊಂದಿದ ಪ್ರದೇಶವೆಂದು ಕ್ರಿಶ್ಚಿಯನ್ನರು ತಮ್ಮ ಹಕ್ಕನ್ನು ಕೇಳುತ್ತಾರೆ. ಮಕ್ಕಾ, ಮದೀನಾ ನಂತರ ಮೂರನೇ ಅತ್ಯಂತ ಪವಿತ್ರ ಸ್ಥಳ ಪ್ರವಾದಿ ಮೊಹಮ್ಮದರು ಸ್ವರ್ಗಕ್ಕೆ ಹೋಗಿ ಬಂದ ಸ್ಥಳವಾಗಿರುವುದರಿಂದ ಬೈತುಲ್ ಮುಖದ್ದಸ್ ಅಥವಾ ಡೋಮ್ ಆಫ್ ರಾಕ್ ಹಾಗೂ ಅದರ ಬಳಿ ಇರುವ ಮಸೀದಿ ಮತ್ತು ಹಳೆಯ ಜೆರುಸಲೇಂ ತಮ್ಮದೆಂದು ಮುಸ್ಲಿಮರು ತಮ್ಮ ಶ್ರದ್ಧಾ ಸ್ಥಳಗಳೆಂದು ಸ್ವಾಧೀನಕ್ಕಾಗಿ ಹೊಡೆದಾಡುತ್ತಾರೆ.

ಆದರೆ ಇಸ್ರೇಲ್‌ನ ಇಂದಿನ ರಾಜಕೀಯ ಪ್ರಭುತ್ವ ಇಂಥಾ ಯಾವ ಬೇಡಿಕೆಗಳನ್ನು ಮಾನ್ಯ ಮಾಡುವುದಿಲ್ಲ. ಇಸ್ರೇಲ್ ಎಂದರೆ ಇಡೀ ಪ್ಯಾಲೇಸ್ತೀನ್ ತನಗೆ ಸೇರಬೇಕಾದ ಪ್ರದೇಶ, ತನ್ನ ಜನಗಳ ಭದ್ರತೆಗೆ ಅವಶ್ಯಕತೆ ಇರುವ ತಾನು ದೇವರಿಂದ ಪಡೆದ ನಾಡು ಎಂದು ತನ್ನ ಆಕ್ರಮಣವನ್ನು ಮುಂದುವರೆಸಿದೆ. ರಾಜ್ಯ ವಿಸ್ತರಣೆಗೆ ತನಗೆ ದೊರೆತ ಎಲ್ಲಾ ಅವಕಾಶಗಳನ್ನು ಸಮರ್ಥವಾಗಿ ಬಳಸಿಕೊಂಡಿರುವ ಇಸ್ರೇಲ್ ಪ್ರಭುತ್ವ ಪ್ಯಾಲೇಸ್ತೀನಲ್ಲಿ ಶತಮಾನಗಳಿಂದ ವಾಸಿಸುತ್ತಿದ್ದ ಮೂಲ ನಿವಾಸಿಗಳನ್ನು ದಮನಮಾಡಲು ಇಲ್ಲವೇ ಅವರು ಜಾಗ ಖಾಲಿ ಮಾಡಿ ಪಲಾಯನ ಮಾಡಲು ಎಲ್ಲಾ ರೀತಿಯ ಅಮಾನವೀಯ ಕ್ರೂರ ದಬ್ಬಾಳಿಕೆ ಕ್ರಮಗಳನ್ನು ವ್ಯವಸ್ಥಿತವಾಗಿ ಮಾಡುತ್ತಿದೆ. ಅದಕ್ಕೆ ಬೆಂಬಲವಾಗಿ ಅಮೇರಿಕದ ಯಹೂದಿ ವರ್ತಕರ ಏಜಂಟನಂತೆ ಅಮೇರಿಕ ಸರ್ಕಾರ ಆರ್ಥಿಕವಾಗಿ, ಮಿಲಿಟರಿ ಸಹಾಯದ ಮೂಲಕವಾಗಿ ಹಾಗೂ ವಿಶ್ವಸಂಸ್ಥೆಯ ರಾಜತಾಂತ್ರಿಕ ಬೆಂಬಲ ನೀಡುವ ಮೂಲಕವಾಗಿ ಇಸ್ರೇಲಿ ಪೈಶಾಚಿಕ ಕೃತ್ಯಗಳಿಗೆ ಸಹಾಯ ಮಾಡುತ್ತಿದೆ.

1.

ಪ್ಯಾಲೆಸ್ತೀನ್ ಇಂದು ಹೇಗಿದೆ?

ಪ್ಯಾಲೇಸ್ತೀನ್ ಇಂದು ಭೌಗೋಳಿಕ ಗಡಿಗಳಿಲ್ಲದ, ನೆಲೆಸುವ ಪ್ರದೇಶವಿಲ್ಲದ, ಸ್ವಾತಂತ್ರವಿಲ್ಲದೆ ಸಾವಿನ ನೆರಳಲ್ಲಿ ಬದುಕುತ್ತಿರುವ ಲಕ್ಷಾಂತರ ನಿರಾಶ್ರಿತರ ರಾಜ್ಯವಿಲ್ಲದ ದೇಶ. ತಮ್ಮ ನೆಲವನ್ನು ಕಳೆದುಕೊಂಡು ಹಿಂಸೆ, ದಬ್ಬಾಳಿಕೆಗಳನ್ನು ಎದುರಿಸುತ್ತಿರುವ ಜನಗಳ ಒಂದೇ ಭರವಸೆ ನಾಳೆಯಾದರೂ ತಮ್ಮ ನಾಡು ಅಸ್ತಿತ್ವಕ್ಕೆ ಬಂದೀತು ಎನ್ನುವ ಆಸೆ ಪ್ಯಾಲೆಸ್ತೀನ್‌ನ ಸ್ವತಂತ್ರ ಅಸ್ತಿತ್ವದ ಆಶಾಕಿರಣ. ಇಂದು ಪ್ಯಾಲೆಸ್ತೀನಿಯರು ಈಗಿನ ಇಸ್ರೇಲ್, ಆಕ್ರಮಿತ ಪ್ರದೇಶಗಳು ಎಂದು ಕರೆಯಲಾಗುವ ಪಶ್ಚಿಮ ದಂಡೆ ಮತ್ತು ಗಾಜಾ ಪಟ್ಟಿ, ಇಸ್ರೇಲ್ ದಾಳಿಗಳಿಂದ ತತ್ತರಿಸಿ ನಿರಾಶ್ರಿತರಾಗಿ ದೇಶಾಂತರ ಹೋಗಿ ನೆರೆಯ ಅರಬ್ ಮತ್ತು ದೂರದ ವಿದೇಶಗಳಲ್ಲಿ ನೆಲೆಸಿದವರು. ಇಸ್ರೇಲ್, ಆಕ್ರಮಿತ ಪ್ರದೇಶಗಳಷ್ಟೇ (ಸುಮಾರು 60 ಲಕ್ಷ) ಪ್ಯಾಲೆಸ್ತೀನಿಯರು ವಿದೇಶಗಳಲ್ಲಿ ನೆಲೆಸಿದ್ದಾರೆ. ಜೋರ್ಡಾನ್ ಬಿಟ್ಟರೆ ಇತರ ಅರಬ್ ಮತ್ತು ವಿದೇಶಗಳಲ್ಲಿ ನೆಲೆಸಿರುವವರು ದೇಶಹೀನರು. ಈಗ ಇಸ್ರೇಲ್ ಆಕ್ರಮಿತ ಪ್ಯಾಲೆಸ್ತೀನ್‌ನಲ್ಲಿ ಸ್ವಂತ ಉದ್ಯೋಗ, ವ್ಯಾಪಾರಗಳಿಗೆ ಅವಕಾಶವಿಲ್ಲ. ಸರಕಾರದ ಯಾವುದೇ ಕಾರ್ಖಾನೆ, ತರಬೇತಿ ಕೇಂದ್ರಗಳಿಲ್ಲ. ವ್ಯಾಪಾರ, ವಾಣಿಜ್ಯ ವಹಿವಾಟನ್ನು ಉತ್ತೇಜಿಸುವ, ಪ್ರೋತ್ಸಾಹಿಸುವ ಮೂಲ ಸೌಕರ್ಯಗಳಾಗಲಿ, ವಾತಾವರಣವಾಗಲಿ ಇಲ್ಲ. ಕುಡಿಯುವ ನೀರು ಸಹಾ ಜಿಯೋನಿಸ್ಟರ ಕರುಣೆಯನ್ನು ಅವಲಂಬಿಸಿದೆ. ಆರೋಗ್ಯ ಕೇಂದ್ರ ಮತ್ತು ಆಸ್ಪತ್ರೆಗಳು ಬಾಂಬುದಾಳಿಗಳಿಗೆ ಒಳಗಾಗಿ ಪಾಳುಬಿದ್ದಿವೆ.

ಇಸ್ರೇಲ್‌ಗೆ ಸಿಗುವ ವಿದೇಶಿ ನೆರವಿಗೆ ಹೋಲಿಸಿದರೆ, ಪ್ಯಾಲೇಸ್ತೀನಿಯರಿಗೆ ಅದರಲ್ಲಿ ಶೇಕಡ 2 ಭಾಗ ಎನ್ನಬಹುದಾದ ಪ್ರಮಾಣದ ನೆರವು ಮಾತ್ರ ವಿದೇಶಗಳಿಂದ ದೊರೆಯುತ್ತಿದೆ. ಶೇಕಡ 50ರಷ್ಟು ಪ್ಯಾಲೆಸ್ತೀನಿಯರು ನಿರುದ್ಯೋಗಿಗಳು. ವಾಸ್ತವವಾಗಿ ಪ್ಯಾಲೇಸ್ತೀನ್ ಪ್ರದೇಶವು ಶೇಕಡ 80 ರಷ್ಟು ಪ್ಯಾಲೆಸ್ತೀನಿ ಅರಬ್ಬರು ಅಂದರೆ ಮುಸ್ಲಿಮರು, ಶೇಕಡ 15ರಷ್ಟು ಕ್ರಿಶ್ಚಿಯನ್ನರು ಹಾಗೂ ಶೇಕಡ 5ರಷ್ಟು ಯಹೂದಿಯರನ್ನು ಶತಮಾನಗಳಿಂದ ಹೊಂದಿತ್ತು. ಎಲ್ಲಾ ಧರ್ಮೀಯರು ಪರಸ್ಪರ ಪ್ರೀತಿ, ಸ್ನೇಹ, ಸೌಹಾರ್ದತೆಯಿಂದ ಬಾಳುತ್ತಿದ್ದರು. ಪ್ಯಾಲೇಸ್ತೀನ್ ಎನ್ನುವ ದೇಶವೇ ಇರಲಿಲ್ಲ. ಯಹೂದ್ಯರ ಇಸ್ರೇಲ್‌ನ ಅಸ್ತಿತ್ವ ಮಾತ್ರ ವಾಸ್ತವಾಂಶ ಎನ್ನುವ ಜಿಯೋನಿಸ್ಟರು ಹಾಗಾದರೆ ಅವರ ಧರ್ಮಗ್ರಂಥಗಳಲ್ಲಿ ಪುರಾಣಗಳಲ್ಲಿ, ಚರಿತ್ರೆಗಳಲ್ಲಿ ಪ್ಯಾಲೇಸ್ತೀನ್ ಪ್ರಸ್ತಾಪ ಏಕೆ ಬಂತು? ಎನ್ನುವುದನ್ನು ವಿವರಿಸುವುದಿಲ್ಲ. ಇಸ್ರೇಲ್ ಎನ್ನುವ ದೇಶ ಅಧಿಕೃತವಾಗಿ ಎರಡನೇ ಮಹಾಯುದ್ಧದ

ನಂತರ ಉದಯವಾಗುವುದಕ್ಕೆ ಪೂರ್ವದಲ್ಲಿ ಹಾಗಾದರೆ ಯುರೋಪ್‌ನಿಂದ ವಲಸೆ ಬಂದ ಯಹೂದಿಗಳು ನೆಲೆಸಲು ಪ್ರಾರಂಭಿಸಿದ್ದು ಎಲ್ಲಿ? ಯಾರ ಆಶ್ರಯದಲ್ಲಿ? ಯಾವ ದೇಶದಲ್ಲಿ? ಇದಾವುದಕ್ಕೂ ಜಿಯೋನಿಸ್ಟರ ಬಳಿ ಉತ್ತರವಿಲ್ಲ.

ಈಗ ಪ್ಯಾಲೆಸ್ತೀನಿಯರು ವಾಸಿಸುವ ವಸತಿಗಳ ಸುತ್ತ ಸುಮಾರು 650 ಕಿಲೋಮೀಟರ್‌ಗಿಂತ ಹೆಚ್ಚು ಉದ್ದ ಅಳತೆಯ ಗೋಡೆಯನ್ನು ಇಸ್ರೇಲ್ ನಿರ್ಮಿಸಿದೆ. ಇದರಿಂದಾಗಿ ಒಂದು ಲಕ್ಷ ಅರವತ್ತು ಸಾವಿರಕ್ಕೂ ಮಿಕ್ಕಿದ ಪ್ಯಾಲೇಸ್ತೀನಿಯರು ಈ ಗೋಡೆಗಳ ಹಿಂದೆ ಪ್ರತ್ಯೇಕ ಶಿಬಿರಗಳಲ್ಲಿ ವಸತಿರಹಿತ ಜಾಗಗಳಲ್ಲಿ ಜೀವಿಸಬೇಕಾಗಿದೆ. ಸುಮಾರು 2 ಲಕ್ಷಕ್ಕೂ ಮೀರಿದ ಪ್ಯಾಲೆಸ್ತೀನ್ ರೈತರನ್ನು ಅವರು ಸಾಗುವಳಿ ಮಾಡುತ್ತಿದ್ದ ಭೂಮಿಯಿಂದ ಹೊರಹಾಕಲಾಗಿದೆ. ಈ ಗೋಡೆಯ ನಿರ್ಮಾಣಕ್ಕಾಗಿ ಹಾಗೂ ಗೋಡೆಯ ಉದ್ದಕ್ಕೂ ತಪಾಸಣೆಗಾಗಿ ಮತ್ತು ಕಾವಲಿಗಾಗಿ ನಿಮಾಣ ಮಾಡಿರುವ ಠಾಣೆಗಳಿಂದಾಗಿ ಸುಮಾರು ಒಂದು ಕಾಲು ಲಕ್ಷ ಪ್ಯಾಲೇಸ್ತೀನಿಯರನ್ನು ಸ್ಥಳಾಂತರಗೊಳಿಸಲಾಗಿದೆ.

ಪ್ಯಾಲೇಸ್ತೀನಿಯರು ಗುಟುಕು ನೀರಿಗೂ ಪರದಾಡಬೇಕು ಇಲ್ಲವೇ ಆಡಳಿತಗಾರರನ್ನು ಬೇಡಬೇಕು, ಇಲ್ಲವೇ ಅವರು ಹೇಳಿದಂತೆ ಇವರು ಕೇಳಬೇಕು. ಈ ದಬ್ಬಾಳಿಕೆಯ ಹುನ್ನಾರದ ಅಂಗವಾಗಿ ಇಸ್ರೇಲ್, ಪ್ಯಾಲೇಸ್ತೀನಿನ ಒಟ್ಟು ನೀರಿನ ಮೂಲಗಳು ಹಾಗೂ ಬಾವಿಗಳ ಪೈಕಿ ಶೇಕಡ 85 ರಷ್ಟನ್ನು ತನ್ನ ನಿಯಂತ್ರಣದಲ್ಲಿ ಇಟ್ಟುಕೊಂಡಿದೆ. ಗಾಜಾ ಮತ್ತು ಪಶ್ಚಿಮ ದಂಡೆಯಲ್ಲಿ ನೀರಿನ ಮೆಲೆ ತನ್ನ ಹಿಡಿತವನ್ನು ಇಂದಿಗೂ ಉಳಿಸಿಕೊಂಡಿರುವ ಇಸ್ರೇಲ್, ಪ್ಯಾಲೇಸ್ತೀನ್‌ನ ಪ್ರಜೆಗಳಿಗೆ ಜೋರ್ಡಾನ್ ನದಿಯಿಂದ ಹನಿನೀರೂ ಸಿಗದಂತೆ ಮಾಡಿದೆ. ಹೊರಜಗತ್ತಿಗೆ, ಇಸ್ರೇಲ್ ತಾನು ಮರಳುಗಾಡಿನಲ್ಲಿ ಕೃಷಿ ಚಟುವಟಿಕೆಗಳನ್ನು ಪ್ರೋತ್ಸಾಹಿಸುವುದಕ್ಕೆ ಆಧುನಿಕ ಕೃಷಿ ಪದ್ಧತಿಯನ್ನು ಅನುಸರಿಸುವುದಾಗಿ ಹೇಳುತ್ತಿದೆ. ಹನಿ ನೀರಾವರಿ ತನ್ನ ಅವಿಷ್ಕಾರವೆಂದು ಡಂಗುರ ಸಾರಿಕೊಳ್ಳುತ್ತಿದೆ. ಒಣ ಮತ್ತು ಬರಡು ಭೂಮಿಯನ್ನು ನಂದನವನವನ್ನಾಗಿ ಪರಿವರ್ತನೆ ಮಾಡಿರುವುದಾಗಿ ಬೊಗಳೆ ಬಿಡುತ್ತಿದೆ. ಅದನ್ನೇ ಜಗತ್ತಿನ ಜನ ನಂಬುವಂತೆ ಪ್ರಚಾರ ಮಾಡುತ್ತಿದೆ. ವಾಸ್ತವವಾಗಿ, ಪ್ಯಾಲೇಸ್ತೀನ್ ಪ್ರದೇಶ ನೀರಿನಿಂದ ಸಮೃದ್ಧವಾಗಿರುವ ದೇಶ. ಇಸ್ರೇಲ್ ಅನುಸರಿಸುತ್ತಿರುವ ಕುಟಿಲ ತಂತ್ರಗಳ ಕಾರಣದಿಂದ ಮಾತ್ರ ಆಕ್ರಮಿತ ಪ್ರದೇಶದಲ್ಲಿರುವ ಪ್ಯಾಲೇಸ್ತೀನ್ ಜನತೆಗೆ ನೀರಿನ ಅಭಾವ ಉಂಟಾಗಿದೆ. ಒಟ್ಟಿನಲ್ಲಿ ಶೋಷಣೆ ಮತ್ತು ದಮನಕಾರಿ ಕಾರ್ಯಗಳನ್ನು ಆಕ್ರಮಣಕಾರಿ ದೇಶಗಳು ಆಕ್ರಮಣಕಾರರ ದಾಳಿಗೆ ಒಳಗಾದ ಜನಗಳ ಮೇಲೆ ಯಾವ ರೀತಿ ಆಡಳಿತ ನಡೆಸಬಾರದು ಎನ್ನುವುದನ್ನು ಇಸ್ರೇಲ್ ಉತ್ತಮ ಮಾದರಿ.

2.

ಪ್ಯಾಲೆಸ್ತೀನ್ ಪ್ರಶ್ನೆಯ ಚಾರಿತ್ರಿಕ ಹಿನ್ನೆಲೆ

ಜಿಯೋನಿಸಂ, ಜಗತ್ತಿನಾದ್ಯಂತ ಯಹೂದಿಗಳು ಆರಂಭಿಸಿರುವ ಆಧುನಿಕ ರಾಜಕೀಯ ರಾಷ್ಟ್ರವಾದಿ ಚಳುವಳಿ. ಇದರ ಮುಖ್ಯ ಉದ್ದೇಶ ಪ್ಯಾಲೆಸ್ತೀನ್/ಇಸ್ರೇಲಿನಲ್ಲಿ ಜಗತ್ತಿನ ಎಲ್ಲಾ ಯಹೂದಿಗಳು ಒಂದಾಗಿ ಒಂದು ರಾಷ್ಟ್ರ, ಒಂದು ಜನಾಂಗವಾಗಿ ಸ್ವತಂತ್ರ ರಾಷ್ಟ್ರ ನಿರ್ಮಾಣ ಮಾಡುವುದು. ಮುಖ್ಯವಾಗಿ ಇದು ಒಂದು ಆಂದೋಲನವಾಗಿ ಯುರೋಪಿನಾದ್ಯಂತ ಯಹೂದಿ ಸಮುದಾಯದ ವಿರುದ್ಧ ಎದ್ದ ಯಹೂದಿ-ದ್ವೇಷ (ಆಂಟಿ-ಸೆಮಿಟಿಸಂ) ಧೋರಣೆಗಳಿಗೆ ಪ್ರತಿಕ್ರಿಯೆಯಾಗಿ ಉಗಮವಾಯಿತು. ಯಹೂದಿ ರಾಷ್ಟ್ರ ಪರಿಕಲ್ಪನೆಯು, ಯುರೋಪಿನಲ್ಲಿ ಯಹೂದಿ ಸಮುದಾಯ ಎದುರಿಸುವ ಸಮಸ್ಯೆಗಳಿಗೆ ಪರಿಹಾರವೆಂದು ಪರಿಭಾವಿಸಲಾಯಿತು. ವಿಶ್ವ ಜಿಯೋನಿಸ್ಟ್ ಸಂಘಟನೆಯನ್ನು 1897ರಲ್ಲಿ ಥಿಯೋಡರ್ ಹರ್‌ಸಲ್ ಸ್ಥಾಪಿಸಿದನು ಹಾಗೂ ಕಾನೂನುಬದ್ಧವಾಗಿ ಯಹೂದಿ ಜನಾಂಗಕ್ಕೆ ಒಂದು ರಾಷ್ಟ್ರೀಯ ನೆಲೆಯನ್ನು ಪಡೆಯುವುದು ಇದರ ಗುರಿ ಎಂದು ಘೋಷಿಸಿದನು. ಯಹೂದಿ ದ್ವೇಷ ಯುರೋಪಿನಾದ್ಯಂತ ಹರಡುವ ಪ್ರಶ್ನೆಗೆ ರಾಜಕೀಯ ನೆಲೆಯಲ್ಲಿ ಉತ್ತರ ಹುಡುಕಲು ಹರ್‌ಸಲ್ ಪ್ರಯತ್ನ ಮಾಡಿದನು. ಪ್ಯಾಲೆಸ್ತೀನ್‌ನಲ್ಲಿ ಪ್ರಬುದ್ಧ ನಾಗರೀಕತೆಯನ್ನು ಪುನರ್ ಸ್ಥಾಪಿಸಬೇಕು. ಅದನ್ನು ನೆರವೇರಿಸಲು ಬಲಿಷ್ಠ ಏಜೆನ್ಸಿಗಳನ್ನು ರಚಿಸಬೇಕು. ಬೇಕಾದ ಸಂಪತ್ತನ್ನು ಜಗತ್ತಿನಾದ್ಯಂತ ಹರಡಿರುವ ಶ್ರೀಮಂತ ಯಹೂದಿ ವರ್ತಕರಿಂದ ಬಡ್ಡಿ ವ್ಯವಹಾರ ನಿಪುಣ ಯಹೂದಿ ಬ್ಯಾಂಕರ್ಸ್‌ಗಳಿಂದ ಸಂಗ್ರಹಿಸಬೇಕು ಮತ್ತು ಈ ಬೃಹತ್ ಯೋಜನೆ ಕಾರ್ಯರೂಪಕ್ಕೆ ತರಲು ಎಲ್ಲಾ ಚದುರಿಹೋದ ಯಹೂದಿಗಳು ಪ್ಯಾಲೇಸ್ತೀನಿನತ್ತ ವಲಸೆ ಆರಂಭಿಸಬೇಕು. ಎರಡು ಸಾವಿರ ವರ್ಷಗಳ ಹಿಂದೆ ಯಹೂದಿ ಸಮುದಾಯ ಕಳೆದುಕೊಂಡ ದೇಶವನ್ನು ಪುನಃ ಸ್ಥಾಪಿಸಬೇಕು ಎಂದು ಹರ್‌ಸಲ್ ತನ್ನ ಸಂಘಟನೆಯನ್ನು ಸಮರ್ಥಿಸಿಕೊಂಡದ್ದು ಮಾತ್ರವಲ್ಲದೆ ಯಹೂದಿಯರನ್ನು ಪ್ರಚೋದಿಸಲು ಒಂದು ಸಿದ್ಧಾಂತವನ್ನೇ ಸೃಷ್ಟಿಮಾಡಿದನು.

ಥಿಯೋಡೋರ್ ಹರ್ಸಲ್ ತನ್ನ 'ದಿ ಜೂಯಿಸ್ ಸ್ಟೇಟ್' ಗ್ರಂಥದಲ್ಲಿ ಯಹೂದಿ ಸಮುದಾಯ ಮತ್ತು ಪ್ಯಾಲೆಸ್ತೀನ್ ಸಂಬಂಧಗಳನ್ನು ವಿವರವಾಗಿ ಚರ್ಚಿಸಿದ್ದಾನೆ. ಪ್ಯಾಲೇಸ್ತೀನ್ ಬಗ್ಗೆ ಪ್ರಸ್ತಾಪಿಸುತ್ತಾ ಹರ್ಸಲ್ 'ಪ್ಯಾಲೇಸ್ತೀನ್ ಲ್ಯಾಂಡ್ ವಿಥ್‌ಔಟ್ ಪೀಪಲ್'

ಎಂದು ವ್ಯಾಖ್ಯಾನಿಸುತ್ತಾನೆ. ಅವನ ಪ್ರಕಾರ, ಪ್ಯಾಲೇಸ್ತೀನ್ ಒಂದಾನೊಂದು ಕಾಲದಲ್ಲಿ ದೇವರು ಯಹೂದಿಗಳಿಗೆ ವಾಗ್ದಾನ ಮಾಡಿದ ಅವರ ಸ್ವತಂತ್ರ ದೇಶ. (ವಿವರಗಳಿಗೆ ಅನುಬಂಧ–10:'ದೇವರು ವಾಗ್ದಾನ ನೀಡಿದ ನಾಡು'–ಪುಟ 60 ನೋಡಿ) ಆ ದೇಶದಲ್ಲಿ ವಾಸಿಸಲು ಹಕ್ಕು ಇರುವುದು ಯಹೂದಿಗಳಿಗೆ ಮಾತ್ರ. ಕಳೆದ 2000 ವರ್ಷಗಳಿಂದ ಯಹೂದಿಗಳು ಜಗತ್ತಿನಾದ್ಯಂತ ಚದುರಿಹೋಗಿದ್ದು ತಮ್ಮ ಅಸ್ತಿತ್ವವನ್ನು ಕಳೆದುಕೊಂಡಿದ್ದಾರೆ. ಆ ದೇಶಧ ಅಧಿಕೃತ ಪ್ರಜೆಗಳಾದ ಯಹೂದಿಯರು ಅಲ್ಲಿ ಇಲ್ಲದಿರುವುದರಿಂದ 'ಪ್ಯಾಲೇಸ್ತೀನ್ ಲ್ಯಾಂಡ್ ವಿಥ್ಔಟ್ ಪೀಪಲ್'ಳ(ಜನರಿಲ್ಲದ ನಾಡು) ಎಂದು ಹೇಳುತ್ತಾನೆ.

ಥಿಯೋಡರ್ ಹರ್ಸಲ್ ಸ್ವಿಡ್ಜರ್‌ಲ್ಯಾಂಡ್‌ನ ಬಾಸ್ಲೆ ನಗರದಲ್ಲಿ 1897ರಲ್ಲಿ 'ವರ್ಲ್ಡ್ ಜಿಯೋನಿಸ್ಟ್ ಕಾಂಗ್ರೆಸ್' ಸ್ಥಾಪನೆ ಮಾಡಿ ಮೊದಲ ಜಾಗತಿಕ ಸಮ್ಮೇಳನ ಆಯೋಜಿಸುತ್ತಾನೆ. ಈ ಸಮ್ಮೇಳನಕ್ಕೆ ಜಗತ್ತಿನ ನಾನಾ ಭಾಗಗಳಿಂದ ಸುಮಾರು 200 ಯಹೂದಿ ಪ್ರತಿನಿಧಿಗಳು ಆಗಮಿಸಿದ್ದರು. ಅವಿರೋಧವಾಗಿ ಹರ್ಸಲ್ ಕಾಂಗ್ರೆಸ್‌ನ ಅಧ್ಯಕ್ಷನಾಗಿ ನೇಮಕಗೊಂಡು ಅವನ ಅಧ್ಯಕ್ಷೀಯ ಭಾಷಣದಲ್ಲಿ ಜಿಯೋನಿಸಂನ ಮುಂದಿನ ಕಾರ್ಯಸೂಚಿಗಳನ್ನು ಮಂಡಿಸಿದನು. ಮುಖ್ಯವಾಗಿ ಪವಿತ್ರ ಸ್ಥಳವಾದ ಪ್ಯಾಲೇಸ್ತೀನಿನಲ್ಲಿ ಸಾರ್ವತ್ರಿಕವಾಗಿ ಎಲ್ಲರಿಂದ ಗೌರವಿಸಲ್ಪಡುವ, ಕಾನೂನು ಪ್ರಕಾರ ಸಮ್ಮತವಾಗುವ ಯಹೂದಿ ಪ್ರಭುತ್ವವನ್ನು ಸ್ಥಾಪಿಸಿ ಅದನ್ನು ಸ್ವತಂತ್ರ ರಾಷ್ಟ್ರವಾಗಿ ರೂಪಿಸುವುದು ಎಂದು ಘೋಷಿಸಿದನು. 'ಸ್ವದೇಶ' ಪರಿಕಲ್ಪನೆಯನ್ನು ಬಹಳ ಚಾಣಾಕ್ಷತನದಿಂದ ತನ್ನ ದಾಖಲೆಗಳಲ್ಲಿ ವಿವರಿಸುತ್ತಾನೆ. ಏಕೆಂದರೆ, ಆ ಸಮಯದಲ್ಲಿ ಪ್ಯಾಲೇಸ್ತೀನ್ ಒಟ್ಟೋಮನ್ ಸಾಮ್ರಾಜ್ಯದ ಅಧೀನಕ್ಕೆ ಒಳಪಟ್ಟಿತ್ತು. ಏಳನೆಯ ಶತಮಾನದಿಂದ ಪ್ಯಾಲೇಸ್ತೀನ್ ಅರಬ್ ಸಮುದಾಯದ ತವರಾಗಿ ಅವರ ಆಡಳಿತ ಮತ್ತು ನಿರ್ವಹಣೆಯಲ್ಲಿತ್ತು. ಅವರು ಗುರುತಿಸಿದ ಪವಿತ್ರ ಸ್ಥಳ ಒಟ್ಟೋಮನ್ ಸಾಮ್ರಾಟ ಎರಡನೇ ಅಬ್ದುಲ್ ಹಮೀದನ ಆಳ್ವಿಕೆಗೆ ಒಳಪಟ್ಟಿರುವುದರಿಂದ ಇದು ಪ್ಯಾಲೇಸ್ತೀನನ್ನು ಬಲಾತ್ಕಾರದಿಂದ ಆಕ್ರಮಿಸಲು ಸಾಧ್ಯವಿಲ್ಲವೆಂಬ ಅರಿವು ಹರ್ಸಲ್‌ಗೆ ಇತ್ತು. ಆದ್ದರಿಂದ ಹಮೀದನ ಮನ ಒಲಿಸಿ, ಅವನ ಒಪ್ಪಿಗೆಯಿಂದಲೇ ಕಾರ್ಯಸಾಧಿಸಲು ಹರ್ಸಲ್ ಯೋಜನೆ ರೂಪಿಸುತ್ತಾನೆ.

ಈ ಸಮಯದಲ್ಲಿ ಒಟ್ಟೋಮನ್ ಸಾಮ್ರಾಟ ಒಂದು ಬೃಹತ್ ಸುಧಾರಣಾ ಯೋಜನೆಯನ್ನು ಜಾರಿಗೊಳಿಸಲು ರೂಪರೇಷೆಗಳನ್ನು ಸಿದ್ಧಪಡಿಸಿ, ಜರ್ಮನ್ ಸಾಮ್ರಾಜ್ಯಶಾಹಿ ವಿಲಿಯಂ ಕೈಸರ್‌ನಿಂದ ಹಣಕಾಸಿನ ನೆರವಿನ ನಿರೀಕ್ಷೆಯಲ್ಲಿರುತ್ತಾನೆ. ಸುಧಾರಣೆಗೆ ಬೇಕಾದ ಸಂಪತ್ತಿನ ಒಂದು ಭಾಗವನ್ನು ಶ್ರೀಮಂತರಾದ ಯಹೂದಿ ಸಮುದಾಯ ನೀಡುವುದಾಗಿ ಭರವಸೆ ನೀಡಿದರೆ ಅಬ್ದುಲ್ ಹಮೀದ್ ತಮ್ಮ ಬೇಡಿಕೆಗಳನ್ನು ಮನ್ನಿಸಬಹುದೆಂಬ ದುರಾಲೋಚನೆಯಿಂದ, ಹರ್ಸಲ್, ಜರ್ಮನ್ ಸಾಮ್ರಾಜ್ಯವಾದಿ ವಿಲಿಯಂ ಕೈಸರ್‌ನ ಮೂಲಕ ಅಬ್ದುಲ್ ಹಮೀದ್‌ನನ್ನು ಭೇಟಿ ಮಾಡುತ್ತಾನೆ. ಹಮೀದನ ಸುಧಾರಣಾ ಯೋಜನೆಗಳಿಗೆ ಯಹೂದಿಯರಿಂದ ಹಣಕಾಸಿನ ನೆರವು ಕೊಡಿಸುವ ವಾಗ್ದಾನ ನೀಡುವ ಹರ್ಸಲ್ ಅದಕ್ಕೆ ಪ್ರತಿಯಾಗಿ ಯಹೂದಿಗಳಿಗೆ ಪ್ಯಾಲೇಸ್ತೀನಿನಲ್ಲಿ ವಸತಿಗಳನ್ನು ಸ್ಥಾಪಿಸಲು ಅವರು ನೆಲೆಯೂರಲು ಸವಲತ್ತುಗಳನ್ನು ನೀಡಲು ಪ್ರಾರ್ಥಿಸುತ್ತಾನೆ. ವಿಲಿಯಂ ಕೈಸರ್‌ನ ಮಧ್ಯಸ್ಥಿಕೆಯಲ್ಲಿ ಅಬ್ದುಲ್ ಹಮೀದ್ ಹರ್ಸಲ್‌ನ ಬೇಡಿಕೆಗಳಿಗೆ ನಕಾರಾತ್ಮಕವಾಗಿ ಸ್ಪಂದಿಸುತ್ತಾನೆ. 1901ರಲ್ಲಿ ನಡೆದ ಈ ಮಾತುಕತೆ ಒಪ್ಪಂದಗಳು ಯಹೂದಿ ಜಿಯೋನಿಸಂ ಆಂದೋಲನಕ್ಕೆ ಹೊಸ ತಿರುವನ್ನು ತಂದುಕೊಡುತ್ತದೆ.

ಪ್ಯಾಲೇಸ್ತೀನ್ ಪ್ರಶ್ನೆ

1904ರಿಂದ 1914ರವರೆಗೆ ಯಹೂದಿಗಳು ಪ್ಯಾಲೇಸ್ತೀನಿಗೆ ಸಾಕಷ್ಟು ಸಂಖ್ಯೆಯಲ್ಲಿ ಕಾನೂನು ಮತ್ತು ಒಪ್ಪಂದಗಳನ್ನು ಉಲ್ಲಂಘಿಸಿ ಅಕ್ರಮವಾಗಿ ಬಂದು ನೆಲೆಯೂರಿದರು. 1904ರಲ್ಲಿ ಪ್ಯಾಲೇಸ್ತೀನಿನಲ್ಲಿ ಕೇವಲ 40 ಸಾವಿರ ಇದ್ದ ಯಹೂದಿಯರ ಜನಸಂಖ್ಯೆ ಕೇವಲ ಹತ್ತು ವರ್ಷಗಳಲ್ಲಿ 80 ಸಾವಿರ ದಾಟಿತ್ತು. ಒಂದು ಸಣ್ಣ ಗುಂಪು ಈಗ ಪ್ಯಾಲೇಸ್ತೀನಿನ ಒಟ್ಟು ಜನಸಂಖ್ಯೆಯ ಪ್ರಮುಖ ಭಾಗವಾಗಿತ್ತು. ಅಲ್ಪಸಂಖ್ಯಾತ ಸಮುದಾಯವೆಂದು ಹೇಳಿಕೊಂಡರೂ ಸಕ್ರಿಯವಾಗಿ ಕಾರ್ಯನಿರತ ಜನಾಂಗವಾಗಿತ್ತು. ಅವರ ಚಟುವಟಿಕೆಗಳು ಅರಬರಲ್ಲಿ ಅನುಮಾನಗಳನ್ನು ಹುಟ್ಟಿಸಿದವು. ಶತಮಾನಗಳಿಂದ ಪ್ಯಾಲೇಸ್ತೀನಿನಲ್ಲಿ ಬಹುಸಂಖ್ಯಾತ ಅರಬ್ಬರು ಮತ್ತು ಅಲ್ಪಸಂಖ್ಯಾತ ಯಹೂದಿಯರು ಸೌಹಾರ್ದವಾಗಿ ನೆಲೆಸಿದ್ದರು. ಆದರೆ, ಯುರೋಪಿನಿಂದ ವಲಸೆ ಬಂದ ಯಹೂದಿಗಳು ಪ್ರಾರಂಭಿಸಿದ್ದ ವಸಾಹತೀಕರಣ ಚಟುವಟಿಕೆಗಳು ಮತ್ತು ಅವರ ಸಂಖ್ಯೆಯಲ್ಲಿ ಆದ ಏರಿಕೆ ಸಮಾಜದಲ್ಲಿ ಅಸಮತೋಲನೆ ಆಗುತ್ತಿದೆ ಎಂದು ಅರಬ್ಬರಿಗೆ ಅನ್ನಿಸತೊಡಗಿತು. ಹೊಸತಾಗಿ ಬರುತ್ತಿರುವ ಯಹೂದಿಗಳು ವಿದೇಶಿಗಳು, ಅವರು ತನ್ನ ಹೊಲವನ್ನು ಕಬಳಿಸುತ್ತಾರೆ ಎನ್ನುವ ಭಾವನೆ ಅರಬ್ ರೈತರಲ್ಲಿ ಮೊಳೆಯತೊಡಗಿತು.

ಪ್ರಥಮ ಜಾಗತಿಕ ಮಹಾಯುದ್ಧ 1914ರಲ್ಲಿ ಪ್ರಾರಂಭವಾದಾಗ ಬ್ರಿಟಿಷರು ತಮ್ಮ ಸಾಮ್ರಾಜ್ಯಶಾಹಿ ಹಿತಾಸಕ್ತಿಗಳನ್ನು ಕಾಪಾಡಿಕೊಳ್ಳಲು ಒಡೆದು ಆಳುವ ಸೂತ್ರವನ್ನು ಯಶಸ್ವಿಯಾಗಿ ಮಧ್ಯಪ್ರಾಚ್ಯದಲ್ಲಿ ಪ್ರಯೋಗಿಸಿದರು. ಸ್ವತಂತ್ರರಾಗಲು ಬಯಸುತ್ತಿದ್ದ ಸೌದಿ ಅರೇಬಿಯಾ, ಪ್ಯಾಲೇಸ್ತೀನ್, ಸಿರಿಯಾ ಮತ್ತು ಲೆಬನಾನಿನ ಅರಬ್ಬರನ್ನು ತುರ್ಕಿಯ ಒಟ್ಟೋಮನ್ ಸಾಮ್ರಾಟನು ಮತ್ತು ಮುಸ್ಲಿಂ ದೇಶಗಳ ಖಲೀಫನೂ ಆಗಿದ್ದ ಅಲ್ಲಿಯ ಅರಸನ ವಿರುದ್ಧ ಎತ್ತಿ ಕಟ್ಟಿದರು. ಇದರಿಂದಾಗಿ 1916ರಲ್ಲಿ ಅರಬ್ಬರು ತಮ್ಮ ಸಾಮ್ರಾಟನ ವಿರುದ್ಧ ದಂಗೆ ಎದ್ದು ತಾವು ಸ್ವತಂತ್ರ ರಾಜ್ಯಗಳೆಂದು ಘೋಷಿಸಿಕೊಂಡವು. ಇದರಿಂದಾಗಿ ಒಟ್ಟೋಮನ್ ಸರಕಾರದ ಆಡಳಿತ ಮತ್ತು ನಿಯಂತ್ರಣದಲ್ಲಿದ್ದ ಪ್ಯಾಲೇಸ್ತೀನನ್ನು ಬ್ರಿಟಿಷರು, ಅರಬ್ಬರ ಸಹಾಯ, ಸಹಕಾರದಿಂದಲೇ ತಮ್ಮ ವಶಪಡಿಸಿಕೊಂಡರು. ಮಹಾಯುದ್ಧ ಮುಗಿದ ನಂತರ ಒಟ್ಟೋಮನ್ ಸಾಮ್ರಾಜ್ಯ ಅವನತಿ ಹೊಂದುವುದು ಖಚಿತ, ಆಗ ಪ್ಯಾಲೇಸ್ತೀನನ್ನು ಅರಬ್ಬರ ಸ್ವತಂತ್ರ ರಾಷ್ಟ್ರವೆಂದು ಘೋಷಿಸಲಾಗುವುದೆಂದು ಬ್ರಿಟಿಷ್ ಪ್ರತಿನಿಧಿ ಹೆನ್ರಿ ಮೆಕ್‌ಮೋಹನ್ ಅರಬ್ ಮುಖಂಡ ಹುಸೇನ್‌ನೊಂದಿಗೆ 1915ರಲ್ಲಿ ಮಾಡಿಕೊಂಡ ಒಪ್ಪಂದದಲ್ಲಿ ಆಶ್ವಾಸನೆ ನೀಡಲಾಗಿತ್ತು. ಇದು ಅರಬ್ಬರು ಮಹಾಯುದ್ಧದಲ್ಲಿ ತಮಗೆ ಮಾಡಿದ ಸಹಾಯಕ್ಕೆ ಪ್ರತಿಫಲ ಎಂದು ಒಪ್ಪಂದದಲ್ಲಿ ಒತ್ತಿ ಹೇಳಲಾಗಿತ್ತು. ಆದರೆ ಇದೇ ಸಮಯದಲ್ಲಿ ಬ್ರಿಟಿಷ್ ವಿದೇಶ ಮಂತ್ರಿ ಲಾರ್ಡ್ ಬಾಲ್‌ಫೋರ್ ಜಿಯೋನಿಸ್ಟರಿಗೆ ಯಹೂದಿಯರಿಗೆ ಪ್ಯಾಲೇಸ್ತೀನಿನಲ್ಲಿ ತಾಯಿನಾಡು ಸೃಷ್ಟಿಸುವ ಭರವಸೆಯನ್ನೂ ಕೊಡುತ್ತಾನೆ. ಇವೆರಡಕ್ಕೂ ವಿರುದ್ಧವಾಗಿ ಫ್ರೆಂಚರೊಂದಿಗೆ ಒಟ್ಟೋಮನ್ ಸಾಮ್ರಾಜ್ಯ ಅವನತಿಯ ನಂತರ ಅದನ್ನು ತಮ್ಮ ನಡುವೆ ಹಂಚಿಕೊಳ್ಳುವ ರಹಸ್ಯ ಸೈಕ್ಸ್–ಪಿಕೊಟ್ ಒಪ್ಪಂದವನ್ನೂ ಬ್ರಿಟಿಷರು ಮಾಡಿಕೊಳ್ಳುತ್ತಾರೆ.

ಆ ಒಪ್ಪಂದದಂತೆ ಅರಬ್ಬರ ಆಶಯಗಳಿಗೆ ವಿರುದ್ಧವಾಗಿ ಬ್ರಿಟಿಷರು 1920ರ ಏಪ್ರಿಲ್‌ನಲ್ಲಿ ಲೀಗ್ ಆಫ್ ನೇಷನ್ಸ್ ಎನ್ನುವ ಮಿತ್ರರಾಷ್ಟ್ರಗಳ ಬಾಲಬಡುಕ ಸಂಸ್ಥೆಯ ನಿರ್ಧಾರ ಎನ್ನುವಂತೆ ಒಟ್ಟೋಮನ್ ಟರ್ಕ್‌ರಿಂದ ವಶಪಡಿಸಿಕೊಂಡ ಇಡೀ ಅರಬ್ ಪ್ರದೇಶವನ್ನು ಫ್ರೆಂಚ್‌ರೊಂದಿಗೆ ಹಂಚಿಕೊಂಡರು. ಪರಿಣಾಮವಾಗಿ ಇರಾಕ್, ಜೋರ್ಡಾನ್, ಪ್ಯಾಲೇಸ್ತೀನ್

ಮತ್ತು ಗಲ್ಫ್ ಪ್ರದೇಶಗಳು ಬ್ರಿಟಿಷರ ನೇರ ಆಡಳಿತಕ್ಕೆ ಒಳಪಟ್ಟವು. ಬ್ರಿಟಿಷ್ ಅಧಿಕಾರಿಗಳ ಸಹಾಯ, ನೆರವು, ಯೋಜನೆಗಳ ಅನುಸಾರ ಪ್ರಪಂಚದಾದ್ಯಂತ ಹರಡಿದ್ದ ಯಹೂದಿಗಳು ಪ್ಯಾಲೇಸ್ತೀನಿನ ಭೂಮಿಯಲ್ಲಿ ಬಂದು ಖಾಯಂ ನೆಲೆಸಲು ಪ್ರಾರಂಭಿಸಿದರು. ಅವರಿಗೆ ವಸತಿ, ಉದ್ಯೋಗ, ಕೃಷಿಗೆ ಭೂಮಿ ವ್ಯವಸ್ಥೆ ಮಾಡಲಾಯಿತು. ಅಪಾರ ಸಂಖ್ಯೆಯಲ್ಲಿ ಪ್ಯಾಲೇಸ್ತೀನಿಗೆ ಬಂದು ಇದು ತಮ್ಮದೇ ಭೂಮಿ, ತಾವು ಇದರ ಹಕ್ಕುದಾರರು ಎನ್ನುವಂತೆ, ಮುಂದುವರೆದಿದ್ದ ಹಾಗೂ ಆರ್ಥಿಕವಾಗಿ ಬಲಾಢ್ಯರಾಗಿದ್ದ ಯಹೂದಿಗಳು ಅರಬ್ಬರ ಭೂಮಿಯನ್ನು ಅವರ ವ್ಯಾಪಾರ ವಹಿವಾಟುಗಳನ್ನು ಖರೀದಿಸುವ ಮೂಲಕ ಮೂಲನಿವಾಸಿ ಅರಬ್ಬರು ತಮ್ಮ ಸ್ವಂತ ನೆಲೆಗಳನ್ನು ಕಳೆದುಕೊಂಡು ಜೀವನಕ್ಕಾಗಿ ಪರದಾಡುವ ಪರಿಸ್ಥಿತಿ ನಿರ್ಮಾಣವಾಗತೊಡಗಿತು. ಯಹೂದಿಗಳ ವಸಾಹತೀಕರಣ ಅರಬ್ ಮತ್ತು ಯಹೂದಿಗಳ ನಡುವೆ ದ್ವೇಷ, ಅಸಹನೆಗಳನ್ನು ಬೆಳೆಸತೊಡಗಿತು. 1920ರಲ್ಲಿ ಜೆರೋಸಲೇಂನಲ್ಲಿ ಯಹೂದಿಗಳ ಮತ್ತು ಬ್ರಿಟಿಷ್ ಆಡಳಿತದ ವಿರುದ್ಧ ಅರಬ್ಬರು ದಂಗೆ ಎದ್ದರು. ಎರಡೂ ಕಡೆ ಅಪಾರ ಸಂಖ್ಯೆಯಲ್ಲಿ ಸಾವುನೋವುಗಳಾದವು. 1933ರಲ್ಲಿ ಹಿಟ್ಲರ್ ಅಧಿಕಾರಕ್ಕೆ ಬಂದ ಮೇಲೆ ಜರ್ಮನಿ ಯಹೂದಿಗಳ ವಲಸೆ ವಿಪರೀತವಾಗಿ ಹೆಚ್ಚಿತು. ಅದರಿಂದಾಗಿ 1936–39 ಅವಧಿಯಲ್ಲಿ ಬ್ರಿಟಿಶರ ವಿರುದ್ಧ ದಂಗೆಗಳೂ, ಸ್ಥಳೀಯರ–ವಲಸೆಗಾರರ ನಡುವೆ ಘರ್ಷಣೆಗಳೂ ನಡೆದವು. ಆಗ ಬ್ರಿಟಿಷರು ಇಬ್ಬರ ನಡುವೆ ಇರುವ ಸಮಸ್ಯೆಗಳನ್ನು ಪರಿಹರಿಸುವುದಾಗಿ ಹೇಳಿ ಹಿಂಸಾತ್ಮಕ ಹೋರಾಟಕ್ಕೆ ಕಾರಣಗಳನ್ನು ಕಂಡುಹಿಡಿಯಲು ಬ್ರಿಟಿಷ್ ವಿದೇಶಾಂಗ ಕಾರ್ಯದರ್ಶಿಗೆ ಸೂಚಿಸಿದರು. ಹೀಗೆ ಪ್ರಾರಂಭವಾದ ಪರಸ್ಪರ ಹೋರಾಟಗಳು 1947ರವರೆಗೆ ಮುಂದುವರೆದವು.

ಬ್ರಿಟಿಷ್ ಸರಕಾರ ಸಮಸ್ಯೆಯನ್ನು 1947ರಲ್ಲಿ ವಿಶ್ವಸಂಸ್ಥೆಗೆ ವಹಿಸಿತು. ವಿಶ್ವಸಂಸ್ಥೆಯ ಕಾರ್ಯದರ್ಶಿ 1947ರ ಏಪ್ರಿಲ್‌ನಲ್ಲಿ ತುರ್ತು ವಿಶೇಷ ಸಭೆ ಸೇರಿಸಿ ಪ್ಯಾಲೇಸ್ತೀನ್ ಸಮಸ್ಯೆಗೆ ಪರಿಹಾರ ಸೂಚಿಸಲು ಅಂತರ್ರಾಷ್ಟ್ರೀಯ ಸಮಿತಿ ರಚಿಸಿದನು. ಸಮಿತಿಯಲ್ಲಿ 11 ಸದಸ್ಯರಾಷ್ಟ್ರಗಳು ಇದ್ದವು. ಸಮಿತಿಯ ತೀರ್ಮಾನದಂತೆ ಪ್ಯಾಲೇಸ್ತೀನನ್ನು ಮೂರು ಭಾಗಗಳಾಗಿ ವಿಭಜನೆ ಮಾಡುವ ಸಲಹೆಯನ್ನು ಸಮಿತಿ ನೀಡಿತು. ಒಂದು ಭಾಗ ಅರಬ್ಬರಿಗೆ, ಮತ್ತೊಂದು ಭಾಗ ಯಹೂದಿಯರಿಗೆ ಹಾಗೂ ಮೂರನೇ ಭಾಗವಾಗಿ ಜೆರುಸಲೇಂ ಪಟ್ಟಣವನ್ನು ಅಂತರಾಷ್ಟ್ರೀಯ ಸಂಸ್ಥೆಯ ನಿಯಂತ್ರಣಕ್ಕೆ ನೀಡುವುದೆಂದು ಸಮಿತಿ ನಿರ್ಧರಿಸಿತು.

ಸಮಿತಿಯ ತೀರ್ಮಾನವನ್ನು ಯಹೂದಿಗಳು ಒಪ್ಪಿಕೊಂಡರು, ಏಕೆಂದರೆ ಅವರಿಗೆ ಜಗತ್ತಿನಲ್ಲಿ ಅವರದೇ ಆದ ಸ್ವತಂತ್ರ ದೇಶ ಸಿಕ್ಕಿತ್ತು. ಅದೂ ಅವರು ಅಂದುಕೊಂಡದ್ದಕ್ಕಿಂತ ಮಿಗಿಲಾದ ವಿಸ್ತೀರ್ಣ ಹೊಂದಿತ್ತು. ಅರಬ್ಬರು ಮತ್ತು ಅರಬ್ ರಾಷ್ಟ್ರಗಳು ಅರಬ್ ಲೀಗ್ ಮುಖಾಂತರ ದೇಶ ವಿಭಜನೆಯನ್ನು ವಿರೋಧಿಸಿದರು. ಅದಕ್ಕೆ ಕಾರಣಗಳನ್ನು ನೀಡಿದರು. ವಿಶ್ವಸಂಸ್ಥೆಯ ಸಮಿತಿ ನೀಡಿರುವ ವರದಿಯನ್ನು ವಿಶ್ಲೇಷಿಸಿದ ಅರಬ್ಬರು ಹೇಳುವಂತೆ 1947ರಲ್ಲಿ ಪ್ಯಾಲೇಸ್ತೀನಿನ ಒಟ್ಟು ಜನಸಂಖ್ಯೆಯಲ್ಲಿ ಯಹೂದಿ ಸಂಖ್ಯೆ ಕೇವಲ 6 ಲಕ್ಷ ಇದ್ದರೆ, ಮೂಲ ನಿವಾಸಿ ಪ್ಯಾಲೇಸ್ತೀನಿಯರ ಜನಸಂಖ್ಯೆ 13 ಲಕ್ಷ ಇತ್ತು. ಹೀಗಾಗಿ ಅರಬ್ಬರು ಬಹುಸಂಖ್ಯಾತರು, ಯಹೂದಿಗಳು ಬರೀ ಶೇಕಡ 7 ರಷ್ಟು ಭೂಮಿ ಹೊಂದಿದ್ದರೆ, ಅರಬ್ಬರು ಉಳಿದ ಭೂ ಮಾಲೀಕತ್ವ ಹೊಂದಿದ್ದರು. ಇದಕ್ಕೆ ತದ್ವಿರುದ್ಧವಾಗಿ ಅರಬ್ಬರ ಹಿತಾಸಕ್ತಿಗಳಿಗೆ ಸಂಪೂರ್ಣ ತಿಲಾಂಜಲಿ ನೀಡಿದ ವಿಶ್ವಸಂಸ್ಥೆ ಸಮಿತಿ ಒಟ್ಟು ಭೂಭಾಗದಲ್ಲಿ

ಯಹೂದಿಗಳಿಗೆ ಶೇ. 55 ಭಾಗ ನೀಡಿ, ಅರಬ್ಬರಿಗೆ ಕೇವಲ ಶೇ. 45ರಷ್ಟು ಭೂಭಾಗ ನೀಡಿತು. ಇಂತಹ ಅನ್ಯಾಯವನ್ನು ಬ್ರಿಟನ್ ಪೌರೋಹಿತ್ಯದಲ್ಲಿ ಅಮೇರಿಕ ಮುಂತಾದ ಯುರೋಪ್ ರಾಷ್ಟ್ರಗಳು ತಮ್ಮ ಮೇಲೆ ಹೇರಿರುವುದು ಇಡೀ ಅರಬ್ ಜನಾಂಗಕ್ಕೆ ಮಾಡಿದ ದ್ರೋಹ ಎಂದು ಸಾರಿದವು. ದೇಶದಲ್ಲಿ ದಂಗೆ, ಗಲಭೆ, ಅಶಾಂತಿ, ರಕ್ತಪಾತ ಪ್ರಾರಂಭವಾಯಿತು. ಅದು ಹಳ್ಳಿ ಹಳ್ಳಿಗಳಿಗೂ ತಲುಪಿತು. 1948ರ ಏಪ್ರಿಲ್ ತಿಂಗಳಲ್ಲಿ ಇಡೀ ಪ್ಯಾಲೇಸ್ತೀನ್ ದೇಶವೇ ರಣರಂಗವಾಯಿತು. ವರ್ಷದ ಕೊನೆಯ ವೇಳೆಗೆ ಸುಮಾರು ಏಳುವರೆ ಲಕ್ಷ ಅರಬ್ಬರು ರಕ್ಷಣೆಗಾಗಿ ಆಸ್ತಿಪಾಸ್ತಿಗಳನ್ನು ತೊರೆದು ಜೀವರಕ್ಷಣೆಗಾಗಿ ನೆರೆಯ ದೇಶಗಳಿಗೆ ವಲಸೆ ಹೋಗಬೇಕಾಯಿತು. ಇದು ಪ್ಯಾಲೇಸ್ತೀನಿನ ದುರಂತ ಅಧ್ಯಾಯದ ಪ್ರಾರಂಭ.

1948 ಮೇ 14ರಂದು ಪ್ಯಾಲೇಸ್ತೀನಿನ ಒಂದು ಭಾಗ ಇಸ್ರೇಲ್ ದೇಶದ ಹೆಸರಿನಲ್ಲಿ ಉದಯವಾಯಿತು. ಇದು ಯಹೂದಿಯರ ರಾಜ್ಯವೆಂದು ಇಸ್ರೇಲಿನ ಪ್ರಥಮ ಪ್ರಧಾನಮಂತ್ರಿ ಡೇವಿಡ್ ಬೆನ್ ಗುರಿಯನ್ ಘೋಷಿಸಿದನು. ಹೀಗೆ ಜಿಯೋನಿಸಂ ಚಳವಳಿ ತನ್ನ ಸತತ ಯತ್ನ, ತಂತ್ರ, ಕುತಂತ್ರಗಳಿಗೆ ಫಲವಾಗಿ ಯಹೂದಿಗಳು ತಮ್ಮದೇ ರಾಜ್ಯವೆಂದು ಹೇಳಿಕೊಳ್ಳುವ ಸ್ವಂತ ದೇಶವನ್ನು ನಿರ್ಮಾಣಮಾಡುವಲ್ಲಿ ಯಶಸ್ವಿಯಾಯಿತು.

1948ರ ಇಸ್ರೇಲ್–ಅರಬ್ ಕಾಳಗದ ವೇಳೆ ಇಸ್ರೇಲ್ ಬಳಿ, ಯುರೋಪಿನಲ್ಲಿ ತರಬೇತಿ ಪಡೆದ ಹಾಗೂ ಆಧುನಿಕ ಆಯುಧಗಳನ್ನು ಹೊಂದಿದ್ದ 90 ಸಾವಿರ ಜಿಯೋನಿಸ್ಟ್ ಸೈನಿಕರಿದ್ದರು. ಅವರು ಅರೆಬರೆ ತರಬೇತಿ ಪಡೆದ ಆಧುನಿಕ ಶಸ್ತ್ರಗಳಿಂದ ಸಜ್ಜಾಗದ ಅರಬ್ ಸೈನಿಕರನ್ನು ಹಿಮ್ಮೆಟ್ಟಿಸಿ ಯುದ್ಧದಲ್ಲಿ ಜಯಸಾಧಿಸಿದ್ದು ಸಹಜವಾಗಿತ್ತು. ಇದಕ್ಕೆ ಮಿತ್ರರಾಷ್ಟ್ರಗಳ ಸಂಪೂರ್ಣ ಬೆಂಬಲ ಮತ್ತು ಸಹಕಾರವಿತ್ತು. ಅರಬ್ಬರಿಗೆ ಬ್ರಿಟಿಷರು ನಂಬಿಸಿ ದ್ರೋಹ ಎಸಗಿದರು. ಬ್ರಿಟಿಷರನ್ನು ನಂಬಿ ಪ್ಯಾಲೇಸ್ತೀನಿಯರು ಎಲ್ಲವನ್ನೂ ಕಳೆದುಕೊಂಡರು. ಪ್ಯಾಲೇಸ್ತೀನಿನ ಶೇಕಡ 78ರಷ್ಟು ಪ್ರದೇಶ ಇಸ್ರೇಲಿಗಳ ವಶವಾಯಿತು. ಸುಮಾರು 10 ಲಕ್ಷ ಪರದೇಶಿಗಳಾಗಿ ಪ್ಯಾಲೇಸ್ತೀನ್ ನಿರಾಶ್ರಿತರಾದರು. 400ಕ್ಕೂ ಹೆಚ್ಚು ಪಟ್ಟಣಗಳು ಹಾಗೂ ಹಳ್ಳಿಗಳನ್ನು ನೆಲಸಮಗೊಳಿಸಲಾಯಿತು. ತಮ್ಮ ವಶಕ್ಕೆ ಬಂದ ನಗರ, ನದಿ ಮತ್ತು ಬೆಟ್ಟಗಳಿಗೆ ಹೀಬ್ರೂ ಹೆಸರುಗಳ ನಾಮಕರಣ ಮಾಡಿದರು. ಪ್ಯಾಲೇಸ್ತೀನಿಯರ ಅಸ್ತಿತ್ವವನ್ನು ನಿರಾಕರಿಸಿದ ಯಹೂದಿಗಳು ಎಲ್ಲಾ ತಮ್ಮದು, ತಾವೇ ಎಲ್ಲಾ ಎಂದು ಘೋಷಿಸಿದರು. 1948ರ ಈ ದುರಂತವನ್ನು ಪ್ಯಾಲೇಸ್ತೀನಿಯರು 'ನಕ್ಬಾ' (ಮಹಾಪ್ರಕೋಪ) ಎಂದು ಕರೆಯುತ್ತಾರೆ.

೩. ನಕ್ಬಾ ಮತ್ತು ನಂತರ

1948 ಅಂತರ್‌ಯುದ್ಧದ ಸಮಯದಲ್ಲಿ ದೇಶ ತೊರೆದ ಬಹುಪಾಲು ಪ್ಯಾಲೇಸ್ತೀನಿಯರು, ಕೆಲವು ವಾರಗಳ ನಂತರ ಯುದ್ಧದ ಬಿಸಿ ತಣ್ಣಗಾದ ಮೇಲೆ ತಮ್ಮ ತಮ್ಮ ಹಳ್ಳಿಗಳಿಗೆ, ಊರುಗಳಿಗೆ, ಮನೆಗಳಿಗೆ ಮರಳುತ್ತೇವೆ ಎನ್ನುವ ನಂಬಿಕೆಯಿಂದ ತಮ್ಮ ನೆಲೆಗಳನ್ನು ತೊರೆದು ಜೀವ ಉಳಿಸಿಕೊಂಡಿದ್ದರು. ಆದರೆ ಇಸ್ರೇಲ್ ಸರಕಾರ ಈ ಲಕ್ಷಾಂತರ ಪ್ಯಾಲೇಸ್ತೀನಿಯರನ್ನು ಮತ್ತೆ ಮರಳಿ ಗೂಡು ಸೇರುವುದಕ್ಕೆ ಅನುಮತಿ ನೀಡಲಿಲ್ಲ. ಅವರು ತಮ್ಮದೇ ದೇಶದಲ್ಲಿ ನಿರಾಶ್ರಿತರಾಗಿ ಪರಿಹಾರ ಕೇಂದ್ರಗಳಲ್ಲಿ ಬದುಕಬೇಕಾಯಿತು. ಕೆಲವರು ಅನಿವಾರ್ಯವಾಗಿ ನೆರೆ ದೇಶಗಳಲ್ಲಿ ಆಶ್ರಯ ಅರಸಬೇಕಾಯಿತು.

ಯುದ್ಧದ ನಂತರ, ಇದು ಪ್ಯಾಲೇಸ್ತೀನಿನ ಶೇಕಡ 78ರಷ್ಟು ಪ್ರದೇಶ ಇಸ್ರೇಲಿನ ವಶವಾಯಿತು. ದೇಶದ ಶೇಕಡ 30ರಷ್ಟಿದ್ದ ಯಹೂದಿಯರು ದೇಶದ ಮುಕ್ಕಾಲು ಭಾಗದ ಮಾಲೀಕರಾಗಿದ್ದರು. ಪಶ್ಚಿಮ ದಂಡೆ ಜೋರ್ಡಾನ್ ದೇಶದ ಭಾಗವಾಯಿತು. ಗಾಜಾ ಪಟ್ಟಿಯ ದಕ್ಷಿಣ ಭಾಗ ಈಜಿಪ್ಟ್‌ನ ನಿಯಂತ್ರಣಕ್ಕೆ ಸೇರಿತು. ಬಹುಸಂಖ್ಯಾತರಾಗಿದ್ದ ಪ್ಯಾಲೇಸ್ತೀನಿಯರು, ಇಸ್ರೇಲಿನಲ್ಲಿ 2ನೇ ದರ್ಜೆ ನಾಗರಿಕರಾಗಿ ಬಾಳಬೇಕಾಯಿತು. ಇಲ್ಲವೇ ತಮ್ಮದೇ ದೇಶದ ಪಶ್ಚಿಮ ದಂಡೆಯಲ್ಲಿ ಮತ್ತು ಗಾಜಾದಲ್ಲಿ ನಿರಾಶ್ರಿತರಾಗಬೇಕಾಯಿತು.

ಇಸ್ರೇಲ್ ಮತ್ತು ಪ್ಯಾಲೇಸ್ತೀನ್ ದೇಶಗಳು 1948ರ ನಂತರ ಮೂರು ಯುದ್ಧಗಳನ್ನು ನಡೆಸಿದರು. ಈ ಮೂರು ಸಮರಗಳ ಮಧ್ಯೆಯಲ್ಲಿಯೂ ಇಸ್ರೇಲ್ ನಿರಂತರವಾಗಿ ಲೆಬನಾನ್ ದೇಶದ ಮೇಲೆ ತನ್ನ ಆಕ್ರಮಣವನ್ನು ಮುಂದುವರಿಸಿತ್ತು. ಮೊದಲನೇ ಯುದ್ಧ 1956ರಲ್ಲಿ ನಡೆಯಿತು. ಇಸ್ರೇಲ್ ತನ್ನ ಮಿತ್ರರಾಷ್ಟ್ರಗಳಾದ ಫ್ರಾನ್ಸ್ ಮತ್ತು ಇಂಗ್ಲೆಂಡ್‌ಗಳ ಜೊತೆ ಕೂಟ ರಚಿಸಿ ಈಜಿಪ್ಟ್ ಸೊಯೆಜ್ ಕಾಲುವೆಯನ್ನು ರಾಷ್ಟ್ರೀಕರಣ ಮಾಡಿದ್ದಕ್ಕೆ ಪ್ರತಿಯಾಗಿ ಮಾಡಿದ ಆಕ್ರಮಣ, ಎರಡನೇ ಯುದ್ಧ 1967ರಲ್ಲಿ ಇಸ್ರೇಲ್ ಈಜಿಪ್ಟ್, ಜೋರ್ಡಾನ್ ಮತ್ತು ಸಿರಿಯಾ ದೇಶಗಳ ವಿರುದ್ಧ ನಡೆಸಿದ ಆರು ದಿನಗಳ ಯುದ್ಧ. ಈ ಯುದ್ಧದಲ್ಲಿ ಇಸ್ರೇಲ್ ಈಜಿಪ್ಟ್‌ನ ಸಿನಾಯ್ ಪ್ರದೇಶವನ್ನು ಆಕ್ರಮಿಸಿತು.

ಅಲ್ಲದೆ ಜೋರ್ಡಾನ್‌ಗೆ ಸೇರಿದ ಪಶ್ಚಿಮ ದಂಡೆಯನ್ನು ಮತ್ತು ಪೂರ್ವ ಜೆರುಸಲೇಂ ಪ್ರದೇಶಗಳನ್ನು ತನ್ನ ವಶಕ್ಕೆ ಪಡೆಯಿತು. ಪೂರ್ವ ಜೆರುಸಲೇಂನ ಫಲವತ್ತಾದ ಭೂಮಿಯ ಜೊತೆ ಅರಬ್ಬರ ಪವಿತ್ರ ಭೂಮಿ, ಬೈತುಲ್ ಮುಖದ್ದನ್ ಯಹೂದಿಯರ ವಶವಾಯಿತು. ಇಸ್ರೇಲ್ ಈ ಸೈನಿಕ ಕಾರ್ಯಾಚರಣೆಯಿಂದ ಆ ಪ್ರದೇಶಗಳಲ್ಲಿದ್ದ ಸುಮಾರು ಒಂದು ಲಕ್ಷ ಪ್ಯಾಲೇಸ್ತೀನಿ ಅರಬ್ ನಿರಾಶ್ರಿತರಿಗೆ ಜೋರ್ಡಾನ್ ಆಸರೆ ನೀಡಬೇಕಾಯಿತು. ಇಸ್ರೇಲ್‌ನ ಈ ದಾಳಿಗೆ ಇಂಗ್ಲೆಂಡ್ ಮತ್ತು ಅಮೇರಿಕಾ ಸಂಪೂರ್ಣ ಮಿಲಿಟರಿ ಸಹಕಾರ, ಸಹಾಯ ಮತ್ತು ಸಮರ್ಥನೆ ನೀಡಿದವು.

ಪ್ಯಾಲೆಸ್ಟೀನ್ನರನ್ನು ದೇಶಹೀನ ನಿರಾಶ್ರಿತರನ್ನಾಗಿ ಮಾಡಿದ ಈ ಬೆಳವಣಿಗೆಗಳು ಸ್ವಾಭಾವಿಕವಾಗಿಯೇ ಅವರನ್ನು ಕೆರಳಿಸಿತು. ಪ್ಯಾಲೆಸ್ಟೀನ್ ಸ್ವಾತಂತ್ರ್ಯ ಮತ್ತು ವಿಮೋಚನೆಗಾಗಿ ಹೊರಾಡುವ ಹಲವು ರಾಜಕೀಯ ಗುಂಪುಗಳು ಹುಟ್ಟಿಕೊಂಡವು. ಯಾವುದೇ ನಾಗರಿಕ ಹಾಗೂ ರಾಜಕೀಯ ಸ್ವಾತಂತ್ರ್ಯ ಇಲ್ಲದ ಸ್ಥಿತಿಯಿಂದಾಗಿ ಅವುಗಳಲ್ಲಿ ಹೆಚ್ಚಿನವು ಸಶಸ್ತ್ರ ಗೆರಿಲ್ಲಾ ಹೋರಾಟದ ಮೂಲಕ ಸ್ವಾತಂತ್ರ್ಯ ಸಾಧಿಸುವ ಕಾರ್ಯಕ್ರಮ ಹೊಂದಿದ್ದವು. 1964ರಲ್ಲಿ ಇಂತಹ ಎಲ್ಲಾ ರಾಜಕೀಯ ಚಳುವಳಿಗಳ, ಗೆರಿಲ್ಲಾ ಗುಂಪುಗಳ ಒಕ್ಕೂಟವೊಂದು ಸ್ಥಾಪಿತವಾಯಿತು. ಇದನ್ನು ಪಿ.ಎಲ್.ಓ.(ಪ್ಯಾಲೆಸ್ಟೀನ್ ವಿಮೋಚನಾ ಸಂಘಟನೆ) ಎಂದು ಕರೆಯಲಾಯಿತು. ಇದನ್ನು ಅರಬ್ ಲೀಗ್ ಎಂಬ ಅರಬ್ ದೇಶಗಳ ರಾಜಕೀಯ ಒಕ್ಕೂಟದ ಬೆಂಬಲದಿಂದ ರಚಿಸಲಾಯಿತು. ಯಾಸೆರ್ ಅರಾಫತ್ ಸ್ಥಾಪಿಸಿದ್ದ ಫತಾ ಎಂಬ ಗೆರಿಲ್ಲಾ ಚಳುವಳಿಯಲ್ಲದೆ, ಹಲವು ಹೆಚ್ಚಾಗಿ ಎಡ ರಾಷ್ಟ್ರೀಯವಾದಿ ಗುಂಪುಗಳ ಒಕ್ಕೂಟವಾಗಿತ್ತು.

ಪಿ.ಎಲ್.ಓ. ಸೆಕ್ಯುಲರ್ ರಾಷ್ಟ್ರೀಯವಾದಿ ಆಗಿದ್ದು ಇಸ್ಲಾಮಿಕ್ ಗುಂಪುಗಳು ಪಿ.ಎಲ್.ಓ.ದ ಭಾಗವಾಗಿ ಇರಲಿಲ್ಲ. ಪಿ.ಎಲ್.ಓ. ಇಸ್ರೇಲ್ ದೇಶವನ್ನು ಮಾನ್ಯ ಮಾಡಲಿಲ್ಲ. 1947ರಲ್ಲಿ ಬ್ರಿಟಿಶ್ ಮ್ಯಾನ್‌ಡೇಟ್ ನಲ್ಲಿ ಗುರುತಿಸಲಾದ ಪ್ಯಾಲೆಸ್ಟೀನ್ ಮೂಲನಿವಾಸಿ ಪ್ಯಾಲೆಸ್ಟೀನ್ನರ ತಾಯ್ನಾಡು. 1948 ಮತ್ತು ನಂತರ ಯುದ್ಧ ಮತ್ತು ದಮನದಿಂದ ದೇಶ ಬಿಟ್ಟು ನಿರಾಶ್ರಿತರಾಗಿ ಹೋದ ಎಲ್ಲಾ ಪ್ಯಾಲೆಸ್ಟೀನ್ನರಿಗೆ ವಿಶ್ವಸಂಸ್ಥೆಯ ನಿರಾಶ್ರಿತರ ಹಕ್ಕುಗಳ ಪ್ರಕಾರ ಮರಳಿ ತಾಯ್ನಾಡಿಗೆ ಮರಳುವ ಹಕ್ಕಿದೆ. ಅವರ ಭೂಮಿ, ಮನೆ ಆಸ್ತಿಗಳನ್ನು ವಶ ಪಡಿಸಿಕೊಂಡವರು ಅದನ್ನು ಹಿಂತಿರುಗಿಸಬೇಕು ಎಂದು ಪಿ.ಎಲ್.ಓ. ನಿಲುವಾಗಿತ್ತು. ಅವಿಭಜಿತ ಪಿ.ಎಲ್.ಓ ಪ್ಯಾಲೆಸ್ಟೀನ್ ಒಳಗೆ ಮತ್ತು ಹೊರಗೆ ಇರುವ ಪ್ಯಾಲೆಸ್ಟೀನ್ನರ ಅಧಿಕೃತ ಪ್ರತಿನಿಧಿ ಎಂದು ಅರಬ್ ಲೀಗ್ ಮನ್ನಣೆ ನೀಡಿತ್ತು. 1970ರ ದಶಕದ ಮಧ್ಯದ ಹೊತ್ತಿಗೆ, ಭಾರತ ಸೇರಿದಂತೆ ಸುಮಾರು 100 ದೇಶಗಳು ಪಿ.ಎಲ್.ಓ.ಗೆ ಪ್ಯಾಲೆಸ್ಟೀನ್ನರ ಅನಿವಾಸಿ ಸರಕಾರ ಎಂದು ಮನ್ನಣೆ ನೀಡಿದ್ದವು. 1974ರಲ್ಲಿ ವಿಶ್ವಸಂಸ್ಥೆ ಪಿ.ಎಲ್.ಓ.ಗೆ 'ವೀಕ್ಷಕ' ಸ್ಥಾನ ನೀಡುವ ಮೂಲಕ ಮನ್ನಣೆ ನೀಡಿತ್ತು. ಪಿ.ಎಲ್.ಓ ಪ್ಯಾಲೆಸ್ಟೀನ್ ಪ್ರದೇಶಗಳಲ್ಲದೆ ಇತರ ದೇಶಗಳಲ್ಲಿ ನಿರಾಶ್ರಿತರ ಶಿಬಿರಗಳಲ್ಲಿ ವಾಸಿಸುತ್ತಿದ್ದ ಪ್ಯಾಲೆಸ್ಟೀನ್ನರಲ್ಲಿ ಭದ್ರ ನೆಲೆ ಹೊಂದಿತ್ತು. 1973ರವರೆಗೆ ಜೋರ್ಡಾನಿನಲ್ಲಿ, 1972–82 ರ ಅವಧಿಯಲ್ಲಿ ಲೆಬನಾನಿನಲ್ಲಿ ಮುಖ್ಯ ಕಚೇರಿ ಹೊಂದಿತ್ತು. ಪಿ.ಎಲ್.ಓ. 1960 ಮತ್ತು 1970ರ ದಶಕದಲ್ಲಿ ಇಸ್ರೇಲಿ ಸರಕಾರದ ಸ್ಥಾವರಗಳ ವಿರುದ್ಧ ಇಸ್ರೇಲಿನ ಒಳಗೆ ಹಾಗೂ ಹೊರಗೆ ಗೆರಿಲ್ಲಾ ದಾಳಿ ನಡೆಸುತ್ತಿತ್ತು.

ಮೂರನೇ ಯುದ್ಧ ಸುಮಾರು ಎರಡು ವಾರಗಳ ಕಾಲ 1973 ಅಕ್ಟೋಬರ್‌ನಲ್ಲಿ ನಡೆದ ಇಸ್ರೇಲ್ ಮತ್ತು ಈಜಿಪ್ಟ್ ನಡುವಣ ಯುದ್ಧ. ಈ ಯುದ್ಧಗಳ ನಂತರ ಪ್ಯಾಲೇಸ್ತೀನಿ ಜನತೆಯನ್ನು ಇಸ್ರೇಲ್ ಸಣ್ಣ, ಸಣ್ಣ ಗುಂಪುಗಳಾಗಿ ವಿಭಜಿಸಿತು. ಗುಂಪು ನೆಲೆಸಿದ ಪ್ರದೇಶದ ಸುತ್ತಲೂ ಎತ್ತರದ ಗೋಡೆ ಮತ್ತು ಮುಳ್ಳಿನ ತಂತಿಗಳನ್ನು ಬೇಲಿಯಂತೆ ಬಿಗಿಯಲಾಯಿತು. ತೆರೆದ ಒಂದೇ ಒಂದು ರಸ್ತೆ ಮಾತ್ರ ವಲಸಿಗರ ರಸ್ತೆಯಾಗಿ ಬಳಕೆಯಾಗುತ್ತಿತ್ತು. ಈ ನೆಲೆಗಳ ಒಳಗೆ ಮತ್ತು ಹೊರಗೆ ಓಡಾಡುವವರು ಅಥವಾ ಒಂದು ನೆಲೆಯಿಂದ ಮತ್ತೊಂದು ನೆಲೆಗೆ ಹೋಗುವವರು ಇಸ್ರೇಲಿ ಸೈನ್ಯ ಆಕ್ರಮಿತ ಪ್ರದೇಶಗಳಲ್ಲಿ ಸ್ಥಾಪಿಸಿರುವ ನೂರಾರು ತಪಾಸಣಾ ಕೇಂದ್ರಗಳ ಮೂಲಕವೇ ಸೈನಿಕರ ನಿಯಂತ್ರಣದಲ್ಲಿರುವ ಪ್ರದೇಶದ ಮೂಲಕವೇ ಹೋಗಬೇಕಾಗಿತ್ತು. ಪ್ಯಾಲೇಸ್ತೀನಿಯರು ಶಾಲೆಗೆ, ಅವರ ಹೊಲಗಳಿಗೆ, ನಗರದ ಮಾರುಕಟ್ಟೆಗೆ, ಆಸ್ಪತ್ರೆಗೆ ಅಥವಾ ಕೆಲಸ ಮಾಡಲು ಊರಿನ ಯಾವುದೇ ಮೂಲೆಗೆ ಹೋಗುವುದಿದ್ದರೂ ಈ ಚೆಕ್‌ಪೋಸ್ಟ್ ಮೂಲಕ ಸೈನಿಕರ ತಪಾಸಣೆ ಹಾಗೂ ಅನುಮತಿ ಮೂಲಕ ಮಾತ್ರ ಹೋಗಿಬರಬಹುದು. ಪ್ರತಿದಿನ, ಉದ್ದೇಶಪೂರ್ವಕವಾಗಿ ಪ್ಯಾಲೇಸ್ತೀನಿಯರನ್ನು ಅವಮಾನಿಸಲು ಅವರಿಗೆ ದೀರ್ಘಕಾಲ ಕಾಯಿಸಲಾಗುತ್ತದೆ. ತಪಾಸಣೆ ವೇಳೆ ವ್ಯಂಗ್ಯ ಪ್ರಶ್ನೆಗಳ ಮೂಲಕ ಅವಹೇಳನಕ್ಕೆ ಗುರಿ ಮಾಡಲಾಗುತ್ತದೆ. ಈ ಚೆಕ್‌ಪೋಸ್ಟ್‌ಗಳು ದಿನಕ್ಕೆ ಎರಡು ಅಥವಾ ಮೂರು ಬಾರಿ ಕೆಲವು ನಿಮಿಷಗಳ ಮಟ್ಟಿಗೆ ತೆಗೆದಿರುತ್ತದೆ. ಅವಶ್ಯಕತೆ ಇದ್ದವರು ಕಾಯುತ್ತಾರೆ ಎನ್ನುವ ಉದಾಸೀನತೆ. ವಿದ್ಯಾರ್ಥಿಗಳ ಚೆಕ್‌ಪೋಸ್ಟ್ ತೆಗೆದು ಪ್ರವೇಶ ನೀಡುವ ಸಮಯಕ್ಕೆ ಸರಿಯಾಗಿ ಸ್ಥಳಕ್ಕೆ ಬಾರದಿದ್ದಲ್ಲಿ ಅವರ ಇಡೀ ದಿನದ ಶಾಲೆ ಅಥವಾ ಕಾಲೇಜಿಗೆ ಆ ದಿನ ಅವರು ಚಕ್ಕರ್‌ಹೊಡೆದಂತೆ, ಗರ್ಭಿಣಿ ಸ್ತ್ರೀಯರು ಅನೇಕ ವೇಳೆ ದೀರ್ಘ ಸರತಿಯ ಸಾಲಿನಲ್ಲಿ ಕಾಯುತ್ತಿರುವಾಗ ಪ್ರಸವ ವೇದನೆಯಲ್ಲಿ ಅಲ್ಲಿಯೇ ಮಕ್ಕಳಿಗೆ ಜನ್ಮ ನೀಡಿದ ಪ್ರಸಂಗಗಳೂ ನಡೆದಿವೆ.

ಆಕ್ರಮಿತ ಪ್ರದೇಶದಲ್ಲಿ ತನ್ನ ನಾಗರಿಕರನ್ನು ಆಕ್ರಮಿಸಿದ ದೇಶ ನೆಲೆಗೊಳಿಸಬಾರದೆಂದು ಜಿನೀವಾ ಒಪ್ಪಂದದಲ್ಲಿ ಸ್ಪಷ್ಟವಾಗಿ ಹೇಳಿದ್ದರೂ ಅದನ್ನು ಉಲ್ಲಂಘಿಸಿ ಇಸ್ರೇಲ್ ಆಕ್ರಮಿತ ಪಶ್ಚಿಮದಂಡೆಯಲ್ಲಿ ಲಕ್ಷಾಂತರ ಯಹೂದಿಯರನ್ನು ಅಲ್ಲಿ ನೆಲೆಗೊಳಿಸಿದೆ. ಈ ಹೊಸದಾಗಿ ಬಂದ ವಲಸಿಗರು ಅಲ್ಲಿಯ ಫಲವತ್ತಾದ ಜಮೀನುಗಳನ್ನು ತೆಗೆದುಕೊಂಡಿರುವುದು ಮಾತ್ರವಲ್ಲದೆ ವಾಸಕ್ಕೆ ವಿಶಾಲವಾದ ಕಟ್ಟಡಗಳನ್ನು ಕಟ್ಟಿಕೊಂಡಿದ್ದಾರೆ. ಪ್ರಮುಖ ನೀರಿನ ಆಸರೆಗಳನ್ನು ಹೊಂದಿರುವ ಈ ವಲಸಿಗರಿಗೆ 'ವಲಸಿಗರಿಗೆ ಮಾತ್ರ' ಎನ್ನುವ ವಿಶಾಲ, ಅನುಕೂಲಕರ ರಸ್ತೆಗಳನ್ನು ಸರ್ಕಾರ ನಿರ್ಮಿಸಿದೆ. ಇವರಿಗೆ ಯಾವುದೇ ಅಡೆತಡೆಯ ಗೇಟುಗಳು, ಚೆಕ್‌ಪೋಸ್ಟ್‌ನಲ್ಲಿ ತಪಾಸಣೆಗಳು ಇಲ್ಲ.

4.

ಇಂತಿಫದಾ, ಒಸ್ಲೊ, ಮತ್ತೆ ಇಂತಿಫದಾ

'ದಿನಾ ಸಾಯುವವರಿಗೆ ಅಳುವವರು ಯಾರು?' ಎನ್ನುವುದು ಕನ್ನಡದ ನಾಣ್ನುಡಿ. ಪ್ಯಾಲೇಸ್ತೀನಿಯನ್ನರಿಗೆ ಈ ಮಾತು ನಿಜವೆನ್ನಿಸಿತು. ದಿನನಿತ್ಯವೂ ಗುರುತಿನ ತಪಾಸಣೆ, ದೇಹ ಪರೀಕ್ಷೆ, ಅವಹೇಳನ, ತಿರಸ್ಕಾರ, ಸಾವುಗಳನ್ನು ಪ್ರತಿಭಟಿಸಲು ಆಕ್ರಮಿಸಲ್ಪಟ್ಟ ಪ್ರದೇಶಗಳಲ್ಲಿ ವಾಸಿಸುತ್ತಿದ್ದ ಪ್ಯಾಲೇಸ್ತೀನಿಯರು ಗಂಗೆ ಎದ್ದರು. ಇದನ್ನು 'ಇಂತಿಫದಾ' ಎಂದು ಕರೆಯಲಾಯಿತುಇದು ಪ್ರಾರಂಭದಲ್ಲಿ ಪ್ಯಾಲೇಸ್ತೀನಿ ಯುವಕರಲ್ಲಿ ಚಿಮ್ಮಿದ ಒಂದು ಪ್ರತಿಭಟನಾ ಪ್ರದರ್ಶನ ರೂಪದಲ್ಲಿತ್ತು. ನಂತರ ಗಾಜಾ ಪ್ರದೇಶದ ಎಲ್ಲಾ ಪ್ರದೇಶಗಳಿಗೂ ಒಂದು ಸಂಘಟನೆ ರೂಪದಲ್ಲಿ ಹರಡಿತು. ಶಾಲಾ ಮಕ್ಕಳು, ಯುವಕರು ಇಸ್ರೇಲಿ ಸೈನಿಕರ ವಿರುದ್ಧ ಕಲ್ಲುಗಳಿಂದ ಪ್ರಹಾರ ಮಾಡುವುದು, ಕಲ್ಲು ಎಸೆದು ಪ್ಯಾಲೇಸ್ತೀನ್ ಬಿಟ್ಟು ತೊಲಗಿರಿ ಎಂದು ಘೋಷಣೆಗಳನ್ನು ಕೂಗುತ್ತಾ ಪ್ರತಿಭಟಿಸುವುದರ ಮೂಲಕ ತನ್ನ ಚಟುವಟಿಕೆಗಳನ್ನು ಪ್ರಾರಂಭಿಸಿತು. ದಿನಗಳೆದಂತೆ ಚಳುವಳಿ ಪ್ಯಾಲೇಸ್ತೀನಿನ ಎಲ್ಲಾ ವರ್ಗದ ಜನಗಳನ್ನು ಹಾಗೂ ರಾಜಕೀಯ ಶಕ್ತಿಗಳನ್ನು ತನ್ನ ತೆಕ್ಕೆಗೆ ತೆಗೆದುಕೊಂಡಿತು.

'ಇಂತಿಫದಾ' – ಕೆಲವೊಮ್ಮೆ ಕಲ್ಲು ಎಸೆತ, ಮಿಲಿಟರಿ ವಾಹನಗಳ ಓಡಾಟಕ್ಕೆ ಅಡೆತಡೆ ಒಡ್ಡುವುದು ಮತ್ತು ಮೊಲೊಟೊವ್ ಕೊಕ್ ಟೈಲ್ ಬಿಟ್ಟರೆ – ಪ್ರಮುಖವಾಗಿ ಪ್ರತಿಭಟನಾ ಪ್ರದರ್ಶನಗಳು, ಸಾರ್ವತ್ರಿಕ ಮುಷ್ಕರಗಳು, ಕರ ನಿರಾಕರಣೆ, ಇಸ್ರೇಲಿ ವಸ್ತುಗಳ ಬಹಿಷ್ಕಾರ, ಭೂಗತ ಶಾಲೆಗಳ ಸ್ಥಾಪನೆ (ಯಾಕೆಂದರೆ ದಂಗೆಗೆ ಪ್ರತೀಕಾರವಾಗಿ ಶಾಲೆಗಳನ್ನು ಸರಕಾರ ನಿಷೇಧಿಸಿತ್ತು) ಮುಂತಾದವುಗಳನ್ನು ಒಳಗೊಂಡ ಶಾಂತಿಯುತ ನಾಗರಿಕ ಅಸಹಕಾರ ಚಳುವಳಿಯ ಸ್ವರೂಪ ಪಡೆಯಿತು. ಸುಮಾರು ಮೂರು ವರ್ಷಗಳವರೆಗೆ ಈ ಚಳುವಳಿ ಇಸ್ರೇಲಿ ಸೈನಿಕರು ಪ್ಯಾಲೇಸ್ತೀನಿ ಜನತೆಗೆ ಉಪಟಳ ನೀಡದಂತೆ ತಡೆಯುವಲ್ಲಿ ಯಶಸ್ವಿಯಾಯಿತು. ಒಂದು ಪ್ರದೇಶದ ನಂತರ ಮತ್ತೊಂದು ಪ್ರದೇಶದ ಜನತೆ ನಿರಂತರವಾಗಿ ಬೀದಿಗಳಿಗೆ ಇಳಿದು ಆಕ್ರಮಣಕಾರಿ ಸೈನಿಕರ ಯುದ್ಧಟ್ಯಾಂಕ್ ಮತ್ತು ಬಂದೂಕುಗಳ ಎದುರು ಬರಿಯ ಕೈಗಳ ಮುಷ್ಟಿಗಳಿಂದ ಧಿಕ್ಕಾರಗಳ ಮಳೆ ಸುರಿಸಿದರು. ಆಕ್ರಮಿತ ಪ್ರದೇಶದಲ್ಲಿ ಇರುವ ಪಿ.ಎಲ್.ಒ.ದ 4 ಪ್ರಮುಖ ಪಕ್ಷಗಳ

ಐಕ್ಯರಂಗದ ಮೇಲೆ ಆಧಾರಿತ ಹಾಗೂ ವ್ಯಾಪಕ ಜನತೆಯ ಪಾಲ್ಗೊಳ್ಳುವಿಕೆಯ ಹೋರಾಟ ಸಮಿತಿಗಳ ನಾಯಕತ್ವದಲ್ಲಿ ಇಂತಿಫದಾ ಅಂತರ್ರಾಷ್ಟ್ರೀಯ ಗಮನ ಸೆಳೆದ ಹೋರಾಟವಾಗಿತ್ತು.

ನಿಜವಾಗಿಯೂ ಇದು ಅಸಮಬಲರ ನಡುವಿನ ಹೋರಾಟವಾಗಿತ್ತು. ಈ ಹೋರಾಟದಿಂದ ಹೊರಟ ಸತ್ಯ ಮಾತ್ರ ಇಡೀ ಜಗತ್ತಿನ ಜನತೆ ಬೆಚ್ಚಿಬೀಳುವಂತೆ ಮಾಡಿದ ಇಸ್ರೇಲಿ ಸೈನಿಕರ ಭೀಕರ ಕಾರ್ಯಾಚರಣೆ ವಿವರಗಳು. ಇದು ಪ್ಯಾಲೇಸ್ತೀನಿ ಜನತೆಯ ವಿರುದ್ಧ ಇಸ್ರೇಲಿನ ಪೈಶಾಚಿಕ ಯುದ್ಧದ ಕ್ರೌರ್ಯವನ್ನು ಕಡಿಮೆ ಮಾಡಲು, ಕೆಲವು ಸಂಗತಿಗಳನ್ನು ಗುಪ್ತವಾಗಿ ಕಡಿಮೆ ಮಾಡಲು, ಕೆಲವು ಸಂಗತಿಗಳನ್ನು ಗುಪ್ತವಾಗಿ ಇಡಲು ಇಸ್ರೇಲ್‌ನ ಮಿತ್ರರಾಷ್ಟ್ರಗಳಾದ ಅಮೇರಿಕ ಮತ್ತದರ ಹಿಂಬಾಲಕ ದೇಶಗಳು ಮಾಡಿದ ಯತ್ನ ಯಶಸ್ವಿಯಾಗಲಿಲ್ಲ. 200ಕ್ಕೂ ಹೆಚ್ಚು ಮಕ್ಕಳು ಸೇರಿದಂತೆ ಸಾವಿರಕ್ಕೂ ಹೆಚ್ಚು ನಾಗರಿಕರ ಕಗ್ಗೊಲೆಗಳನ್ನು ಒಳಗೊಂಡ ಇಸ್ರೇಲ್ ಮಿಲಿಟರಿಯ ಭೀಕರ ಕ್ರೌರ್ಯದಿಂದ ಮತ್ತು ಈ ಅವಧಿಯ ಕೊನೆಯಲ್ಲಿ ಹುಟ್ಟಿ ಬೆಳೆದ ಇಸ್ಲಾಮಿಕ್ ಉಗ್ರವಾದಿ ಮತ್ತು ಸೆಕ್ಯುಲರ್ ಪಿ.ಎಲ್.ಓ.ದ 4 ಪ್ರಮುಖ ಪಕ್ಷಗಳ ಕಾರ್ಯಕರ್ತರ ನಡುವೆ ಕೊಲೆ-ಹಿಂಸಾಚಾರ-ಅನೈಕ್ಯತೆಗಳಿಂದ ಹೋರಾಟ ಸೋತಿತು.

ಅಂತಿಮವಾಗಿ, ಈ ಸಮರಶೀಲ ಚಳುವಳಿ ಮಾತುಕತೆಯ ಮಾರ್ಗ ತೆರೆಯಿತು. ಆಕ್ರಮಿತ ಪ್ರದೇಶಗಳನ್ನು ತೆರವುಗೊಳಿಸುವ ಕುರಿತು ಮಾತುಕತೆಗಳು ಒಸ್ಲೋ ನಗರದಲ್ಲಿ ನಡೆದವು. ಒಸ್ಲೋನಲ್ಲಿ ನಡೆದ ಶೃಂಗಸಭೆಯಲ್ಲಿ ಭಾಗವಹಿಸಿದ ಪ್ಯಾಲೆಸ್ತೀನ್ ವಿಮೋಚನಾ ಹೋರಾಟದ ನಾಯಕ ಯಾಸಿರ್ ಅರಾಫತ್ ಸಮಸ್ಯೆಗಳನ್ನು ಶಾಂತಿಯುತವಾಗಿ ಪರಿಹರಿಸಿಕೊಳ್ಳಲು ಇದು ಪ್ರಾರಂಭಿಕ ಪ್ರಯತ್ನ ಎಂದು ಹೇಳಿದರು. ಒಸ್ಲೋ ಮಾತುಕತೆಯಲ್ಲಿ ಪ್ಯಾಲೇಸ್ತೀನಿಯರಿಗೆ ಕೆಳಕಂಡ ಆಶ್ವಾಸನೆಗಳನ್ನು ನೀಡಲಾಯಿತು.

1. ಪ್ಯಾಲೇಸ್ತೀನಿ ಅಧಿಕಾರದ ಪ್ರದೇಶವನ್ನು ನಂತರದಲ್ಲಿ ಸಂಪೂರ್ಣ ಸ್ವಾಯುತ್ತ ಪ್ಯಾಲೇಸ್ತೀನ್ ರಾಷ್ಟ್ರವಾಗಿ ರೂಪಿಸುವುದು.

2. ಕ್ರಮೇಣ ಪಶ್ಚಿಮ ದಂಡೆಯನ್ನು ಪ್ಯಾಲೇಸ್ತೀನ್ ಅಧಿಕಾರಕ್ಕೆ ಸೇರಿಸುವುದು.

3. ಪಶ್ಚಿಮ ದಂಡೆಯಲ್ಲಿರುವ ಯಹೂದಿ ನೆಲೆಗಳನ್ನು ನೆಲಸಮ ಮಾಡುವುದು. ಜೆರೋಸಲೇಂ ಪಟ್ಟಣದ ಸ್ಥಾನಮಾನ ಮತ್ತು ನಿರಾಶ್ರಿತರ ವಾಪಸಾತಿಯ ಹಕ್ಕುಗಳನ್ನು ಕುರಿತಂತೆ ಭವಿಷ್ಯದ ಮಾತುಕತೆಗಳ ಭಾಗವನ್ನಾಗಿ ಅವುಗಳನ್ನು ಚರ್ಚಿಸುವುದು.

ಆದರೆ ಒಸ್ಲೋ ಮಾತುಕತೆಗಳ ತೀರ್ಮಾನಗಳು ಜಾರಿಯಾಗಲೇ ಇಲ್ಲ. ಆಕ್ರಮಣ ತೆರವು ಆಗಲಿಲ್ಲ. ಪ್ಯಾಲೇಸ್ತಿನ್ ದೇಶ ಉದಯಿಸಲಿಲ್ಲ. ಪ್ರಮುಖವಾಗಿ ವಲಸೆಗಾರರ ವಸತಿ ವಿಸ್ತರಣೆ ಮುಂದುವರೆಯುತ್ತಾ ಹೋಯಿತು. ಪ್ಯಾಲೆಸ್ಟೀನ್ನರ ಮೇಲೆ ಪ್ರತಿಬಂಧಗಳು ಕಡಿಮೆಯಾಗಲಿಲ್ಲ. ಜುಲೈ 2000 ರಲ್ಲಿ ಕ್ಯಾಂಪ್ ಡೇವಿಡ್ ಶೃಂಗಸಭೆ ಸೇರಿದಂತೆ ಶಾಂತಿ ಮಾತುಕತೆಗಳ ವೈಫಲ್ಯವೂ ಪ್ಯಾಲೆಸ್ಟಿನ್ನರಲ್ಲಿ ಹತಾಶೆಯನ್ನು ಹೆಚ್ಚಿಸಿತು.

2000 ಇಸವಿ ಸೆಪ್ಟೆಂಬರ್‌ನಲ್ಲಿ ಎರಡನೇ ಘಟ್ಟದ 'ಇಂತಿಫದಾ' ಪ್ರಾರಂಭವಾಯಿತು. ಶಾಂತಿ ಮಾತುಕತೆಗಳ ವೈಫಲ್ಯವೇ ಹೊಸ ಬೆಳವಣಿಗೆಗಳಿಗೆ ಕಾರಣವಾಯಿತು. ದೇಶದಲ್ಲಿ ಶಾಂತಿಯ ಸುಳಿವೇ ಇರಲಿಲ್ಲ. ಪ್ಯಾಲೇಸ್ತೀನ್ ರಾಷ್ಟ್ರದಲ್ಲಿ ಉದಯವಾಗುವ ಸಂಭವವೂ ಕಾಣುತ್ತಿರಲಿಲ್ಲ. ಹೀಗಾಗಿ ಪ್ರತಿಭಟನೆಗಳ ತೀವ್ರತೆ ಹೆಚ್ಚಾಯಿತು ಮತ್ತು ಮುಂದುವರೆಯಿತು. ಎರಡನೇ ಇಂತಿಫದಾ ಚಳುವಳಿ ಮೊದಲನೇ ಚಳುವಳಿಗಿಂತ ರಕ್ತಸಿಕ್ತವಾಗಿತ್ತು.

ನಿರಾಯುಧರಾದ ಪ್ಯಾಲೇಸ್ತೀನಿ ಪ್ರತಿಭಟನಾಕಾರರ ವಿರುದ್ಧ ಇಸ್ರೇಲ್ ಯುದ್ಧ ಟ್ಯಾಂಕ್ ಮತ್ತು ಬಂದೂಕುಗಳಿಂದ ನಾಗರೀಕರನ್ನು ಸಾಮೂಹಿಕ ಹತ್ಯೆ ಮಾಡಿತು. ಸುಮಾರು 3 ಸಾವಿರ ಪ್ಯಾಲೆಸ್ತಿನ್ನರು, 1 ಸಾವಿರ ಇಸ್ರೇಲಿಗಳು ಹಾಗೂ 64 ವಿದೇಶಿಯರು ಈ ಅವಧಿಯಲ್ಲಿ ಸತ್ತರು ಎನ್ನಲಾಗಿದೆ. ಪ್ಯಾಲೆಸ್ತಿನ್ನರಿಂದ ಆತ್ಮಾಹುತಿ ದಾಳಿಗಳು, ಇಸ್ರೇಲಿನ ಭೀಕರ ಮಿಲಿಟರಿ ದಾಳಿಗಳು ಎರಡನೇ ಇಂತಿಫಧಾದ ವಿಶಿಷ್ಟತೆಯಾಗಿತ್ತು.

ಇದರಿಂದಾಗಿ ಜಾಗತಿಕವಾಗಿ ಇಸ್ರೇಲ್ ವ್ಯಾಪಕ ಟೀಕೆಗಳನ್ನು ಎದುರಿಸಬೇಕಾಯಿತು. ಈಗ, ಇಸ್ರೇಲ್ ಪ್ಯಾಲೇಸ್ತೀನ್ ಜನಗಳಿಗೆ ಅಂತಿಮ ಪರಿಹಾರ ನೀಡುವುದಾಗಿ ಒಂದು ಯೋಜನೆಯನ್ನು ಸಿದ್ಧಪಡಿಸಿತು. ಇದನ್ನು 'ಡಿಸ್ಎಂಗೇಜ್ಮೆಂಟ್ ಪ್ಲಾನ್' ಎಂದು ಕರೆಯಿತು. ಅದರ ಪ್ರಕಾರ ಇಸ್ರೇಲ್ ಗಾಜಾಪಟ್ಟಿಯಿಂದ ಹಿಂದಕ್ಕೆ ಹೋಗಬೇಕು. ಪಶ್ಚಿಮದಂಡೆಯ ಕೆಲವು ಸಣ್ಣ ಪ್ರಮಾಣದ ನೆಲಗಳನ್ನು ತೆಗೆಯಬೇಕು. ಉಳಿದ ಪ್ರದೇಶವನ್ನು ಒಟ್ಟುಗೂಡಿಸಬಹುದು.

ಈ 'ಡಿಸ್ಎಂಗೇಜ್ಮೆಂಟ್ ಪ್ಲಾನ್' ಪ್ರಕಾರ ಪಶ್ಚಿಮ ದಂಡೆಯಲ್ಲಿ 600 ಕಿಲೋಮೀಟರ್ ಗೋಡೆಯನ್ನು ನಿರ್ಮಿಸಿ ಅದು ಮೂರು ಪ್ರಮುಖ ಪ್ಯಾಲೇಸ್ತೀನ್ ಸಮುಚ್ಚಯ ಮೂಲಕ ಹಾದುಹೋಗುವಂತೆ ಮಾಡುವುದು. ಅಂತರ್ ರಾಷ್ಟ್ರೀಯ ಕೋರ್ಟ್ ಆಫ್ ಜಸ್ಟೀಸ್ ಈಗಾಗಲೇ ಗೋಡೆ ಕಾನೂನುಬಾಹಿರವೆಂದು ಘೋಷಿಸಿದ್ದರೂ ದಕ್ಷಿಣ ಆಫ್ರಿಕಾದ ಬಂಟುಸ್ತಾನದಂತೆ ಪ್ಯಾಲೇಸ್ತೀನನ್ನು ರೂಪಿಸಲು ಯೋಜಿಸಿತು. ಪಶ್ಚಿಮ ದಂಡೆಯ ಶೇಕಡ 54ರಷ್ಟು ಪ್ರದೇಶವನ್ನು ಸುತ್ತುವರಿಯುವ ಗೋಡೆಗಳು ಉಳಿದ 46 ರಷ್ಟು ಪ್ರದೇಶವನ್ನು ಇಸ್ರೇಲಿನ ಅಕ್ರಮ ಆಕ್ರಮಣಕ್ಕೆ ದೂಡುತ್ತಿದೆ. ಮೂಲ ಪ್ಯಾಲೇಸ್ತೀನಿನ ಶೇಕಡ 12.5ರಷ್ಟು ನೆಲ ಮಾತ್ರ ಪ್ಯಾಲೇಸ್ತೀನಿಯರಿಗೆ ಸಿಗುತ್ತದೆ. ಉಳಿದ ಇಡೀ ಪ್ರದೇಶದ ಪ್ರವೇಶ ಮತ್ತು ಹೊರಹೋಗುವ ಎಲ್ಲಾ ಮಾರ್ಗಗಳು ಇಸ್ರೇಲಿ ಸೈನ್ಯದ ನಿಯಂತ್ರಣದಲ್ಲಿಯೇ ಉಳಿಯುತ್ತದೆ. ಇಸ್ರೇಲಿನ ಈ 'ಡಿಸ್ಎಂಗೇಜ್ಮೆಂಟ್ ಪ್ಲಾನ್'ನ ಮೂಲ ಉದ್ದೇಶ, ಪ್ಯಾಲೇಸ್ತೀನಿಯರಿಗೆ ಪಶ್ಚಿಮದಂಡೆಯ ಕೆಲವು ಪ್ರದೇಶಗಳನ್ನು ಒಡೆದು ಅವುಗಳನ್ನು ಸಣ್ಣ ಸಣ್ಣ 'ಬಂಟುಸ್ತಾನ್' ಗಳನ್ನಾಗಿ ಪರಿವರ್ತಿಸಿ ಅಲ್ಲಿ ಪ್ಯಾಲೇಸ್ತೀನಿಯರು ನೆಲೆಸಲು ಅನುಮತಿಸುವುದು ಮತ್ತು ಗಾಜಾವನ್ನು ಬಯಲು ಬಂದೀಖಾನೆ ಮಾಡುವುದು.

5. ಗಾಜಾ ನರಮೇಧಗಳು

2006ರಲ್ಲಿ ನಡೆದ ಪ್ಯಾಲೇಸ್ತೀನಿ ಚುನಾವಣೆಯಲ್ಲಿ ಗಾಜಾ ಪಟ್ಟಿಯಲ್ಲಿ ಉಗ್ರ ಇಸ್ಲಾಮಿಕ್ ಹಾಮಾಸ್ ಗುಂಪು ಚುನಾವಣಾ ವಿಜಯ ಪಡೆಯಿತು. ಆ ವರೆಗೆ ನಡೆದ ಪ್ಯಾಲೇಸ್ತೀನಿ ಚುನಾವಣೆಗಳಲ್ಲಿ ಅರಾಫತ್ ನಾಯಕತ್ವದ ಫತಾ ಬಹುಮತ ಪಡೆದು ಸರಕಾರ ನಡೆಸುತ್ತಿತ್ತು. 2007–8 ಅವಧಿಯಲ್ಲಿ ಇದರಿಂದ ಫತಾ ಮತ್ತು ಹಾಮಾಸ್ ನಡುವೆ ಮಿಲಿಟರಿ ಘರ್ಷಣೆ ಆರಂಭವಾಯಿತು. ಹಾಮಾಸ್ ಗಾಜಾದಿಂದ ಫತಾ ಪಡೆಗಳ ಉಚ್ಚಾಟನೆ ಮಾಡಿ, ಗಾಜಾ ಪ್ರತ್ಯೇಕತೆಯ ಘೋಷಣೆ ಮಾಡಿತು. ಫತಾ ಸರಕಾರ ಪಶ್ಚಿಮ ದಂಡೆಗೆ ಸೀಮಿತವಾಯಿತು. ಉಗ್ರಗಾಮಿ ಹಾಮಾಸ್ ಅಧಿಕಾರಕ್ಕೆ ಬರುತ್ತಿದ್ದಂತೆ ಇಸ್ರೇಲ್ ಮೇಲೆ ದಾಳಿ ಆರಂಭವಾಯಿತು. ಇಸ್ರೇಲ್ ಮತ್ತು ಹಾಮಾಸ್ ನಡುವೆ ತೀವ್ರ ಘರ್ಷಣೆ ಆರಂಭವಾಯಿತು. ಹಾಮಾಸ್ ಇಸ್ರೇಲಿಗೆ ಉಗ್ರ ಪ್ರತಿರೋಧ ತೋರಿದ್ದರಿಂದಲೇ ಜನಪ್ರಿಯವಾಗಿತ್ತು. ಇದನ್ನೇ ನೆಪವಾಗಿಟ್ಟುಕೊಂಡು ಇಸ್ರೇಲ್ ಗಾಜಾ ಪಟ್ಟಿಗೆ ದಿಗ್ಬಂಧನ ಹಾಕಿತು.

ಇದರ ನಂತರ ಗಾಜಾವನ್ನು ಮಣಿಸುವುದು ಇಸ್ರೇಲಿನ ಆದ್ಯತೆಯಾಯಿತು. ಇಡೀ ಇಸ್ರೇಲಿ ಸುಸಜ್ಜಿತ ಮಿಲಿಟರಿ ಯಂತ್ರ ಗಾಜಾದ ಮೇಲೆ ಎರಗಿತು. ಕೆಲವು ತಿಂಗಳುಗಳ ಭೀಕರ ದಾಳಿ, ಅಂತರ್ರಾಷ್ಟ್ರೀಯ ಒತ್ತಡದಿಂದ ಕದನ ವಿರಾಮ, ಕೆಲವು ತಿಂಗಳುಗಳ ನಂತರ ಪುನಃ ಭೀಕರ ದಾಳಿ – ಈ ಸರಣಿ ಪುನರಾವರ್ತನೆಯಾಗುತ್ತಿದೆ. ಪ್ರತಿ ಬಾರಿ ದಾಳಿ ಆರಂಭಿಸಲು ಯಾವುದೋ ಒಂದು ಇಸ್ರೇಲ್ ನೆಪ ಹುಡುಕುತ್ತದೆ. ಆದರೆ ಅದು ಸುಸಜ್ಜಿತ ಯೋಜಿತ ದಾಳಿಯಾಗಿರುತ್ತದೆ. ಗಾಜಾ ಪಟ್ಟಿಯನ್ನು ಜನ ಬಿಟ್ಟು ಹೋಗುವಂತೆ ಮಾಡುವುದೇ ಅದರ ಉದ್ದೇಶ. 2008ರ 'ಆಪರೇಶನ್ ಹಾಟ್ ವಿಂಟರ್', 2008–9ರ 'ಆಪರೇಶನ್ ಕಾಸ್ಟ್ ಲೆಡ್', 2012ರ 'ಆಪರೇಶನ್ ಪಿಲ್ಲರ್ ಆಫ್ ಡಿಫೆನ್ಸ್', 2014ರ "ಆಪರೇಶನ್ ಪ್ರೊಟೆಕ್ಟಿವ್ ಎಜ್' – ಇವು ಈ ಸರಣಿಯ ಹೆಜ್ಜೆ ಗುರುತುಗಳು. ಬಾಕ್ಸುಗಳಲ್ಲಿರುವ 2008–9 ಮತ್ತು 2014ರ ಗಾಜಾ ನರಮೇಧಗಳ ಕೆಲವು ವಿವರಗಳು ಇದನ್ನು ಸ್ಪಷ್ಟಪಡಿಸುತ್ತವೆ.

ಗಾಜಾ ಜನತೆಗೆ ಇಸ್ರೇಲ್ ನೀಡುತ್ತಿರುವ ಸ್ಪಷ್ಟ ಸಂದೇಶ ಬಹಳ ಸರಳವಾಗಿದೆ. ಪ್ರತಿಭಟಿಸುವ ಅರಬ್ ಮತ್ತು ಪ್ಯಾಲೇಸ್ತೀನಿ ಜನತೆಯನ್ನು ಕ್ರೂರ ದಬ್ಬಾಳಿಕೆಯ ಮೂಲಕ ದಮನಿಸಲಾಗುವುದು. ದಂಗೆ ಏಳುವುದರಿಂದ ಏನೂ ಸಿಗುವುದಿಲ್ಲವೆಂದು ಅವರಿಗೆ ಮನವರಿಕೆಯಾಗುವಂತೆ ಮಾಡಲು ಅವರನ್ನು ಹಸಿವೆಯಿಂದ ಕಂಗೆಡುವಂತೆ ಉಪವಾಸ

22 ನಿಮಗೆ ತಿಳಿದಿರಲಿ

ಸಾಯುವಂತೆ ಮಾಡಲಾಗುವುದು. ಬಾಂಬುಗಳ ದಾಳಿಯನ್ನು ಸತತವಾಗಿ ಮಾಡಲಾಗುವುದು ಮತ್ತು ಭಯದ ಮಧ್ಯೆಯೇ ನೀವು ಬದುಕಬೇಕು ಎನ್ನುವುದು. ಪ್ಯಾಲೇಸ್ತೀನ್‌ನಲ್ಲಿ 'ಶಾಂತಿ' ನೆಲೆಸಲು ಇದು ಇಸ್ರೇಲಿನ ದೂರದೃಷ್ಟಿಯು 'ಡಿಸ್‌ಎಂಗೇಜ್‌ಮೆಂಟ್ ಪ್ಲಾನ್'. ಇದಕ್ಕೆ ಅಮೇರಿಕಾ ಸಂಪೂರ್ಣ ಒಪ್ಪಿಗೆ ನೀಡಿದೆ. ಜಿಯೋನಿಸ್ಟರ ಯೋಜನೆಗಳು ಆಶ್ಚರ್ಯಕರವಲ್ಲ. ಏಕೆಂದರೆ ಅವರ ಗುರಿ ಪ್ಯಾಲೇಸ್ತೀನ್ ಜನರನ್ನು ಅವರ ನೆಲದಿಂದ ಗುಡಿಸಿ ಹಾಕುವುದೇ ಆಗಿದೆ.

ಆದರೆ ಆಶ್ಚರ್ಯವಾಗುವುದು ಜಿನೀವಾ ಒಪ್ಪಂದಕ್ಕೆ ಸಹಿ ಹಾಕಿದ ದೇಶಗಳು ವಹಿಸಿರುವ ಧೋರಣೆ. ಜಿನೀವಾ ಒಪ್ಪಂದದಲ್ಲಿ ಘೋಷಿಸಿದ ಎಲ್ಲಾ ತತ್ವ, ನೀತಿ, ನಿಯಮಗಳನ್ನು ಸತತವಾಗಿ ಒಂದು ದೇಶ ಉಲ್ಲಂಘಿಸುತ್ತಿದ್ದರೂ, ಅದು ಆಕ್ರಮಿಸಿಕೊಂಡಿರುವ ಪ್ರದೇಶದ ಭೌಗೋಳಿಕ ವಿಸ್ತಾರ ಪದೇ ಪದೇ ಬದಲಾಗುತ್ತಿದ್ದರೂ, ಭಯೋತ್ಪಾದನೆಯ ಆರೋಪಗಳ ನೆಪದಲ್ಲಿ ಸಾಮಾನ್ಯ ನಾಗರಿಕರ ಮೇಲೆ ಸಾಮೂಹಿಕ ಗದಾಪ್ರಹಾರ ನಡೆಯುತ್ತಿದ್ದರೂ ಅಂತರಾಷ್ಟ್ರೀಯವಾಗಿ ಒಂದು ಅರ್ಥಪೂರ್ಣ ಪ್ರತಿಕ್ರಿಯೆ ಯಾಕೆ ಬರುತ್ತಿಲ್ಲ ಎನ್ನುವುದು. ವಿಶ್ವಸಂಸ್ಥೆಯ ಭದ್ರತಾ ಮಂಡಳಿಯ ನಿರ್ಣಯಗಳನ್ನು ನಿರಂತರವಾಗಿ ಒಂದಾದ ಮೇಲೆ ಮತ್ತೊಂದು ನಿರ್ಣಯವನ್ನು ಉಲ್ಲಂಘಿಸುತ್ತಿದ್ದರೂ ಮಂಡಳಿಯ ಶಾಶ್ವತ ಸದಸ್ಯರು ಯಾವುದೇ ಕ್ರಮವಹಿಸದೇ ನಿಷ್ಕ್ರಿಯವಾಗಿರುವುದು. ಇದಕ್ಕೆ ಮುಖ್ಯ ಕಾರಣ ಅಮೇರಿಕಾ ದೇಶ ಇಸ್ರೇಲ್ ಪರವಾಗಿ ವಹಿಸುತ್ತಿರುವ ಮಹಾಪೋಷಕ ಪಾತ್ರ. 1948ರಿಂದ ಅದು 101 ಶತಕೋಟಿ ಡಾಲರ್ ಹಣವನ್ನು ಇಸ್ರೇಲ್‌ಗೆ ಸಹಾಯದ ಹೆಸರಿನಲ್ಲಿ ನೀಡಿದೆ. ಇದರಲ್ಲಿ ಅರ್ಧಕ್ಕಿಂತ ಹೆಚ್ಚು ನೆರವು ರಕ್ಷಣಾ ಸಾಮಗ್ರಿ ರೂಪದಲ್ಲಿ ಕೊಟ್ಟಿದೆ.

ಅಮೇರಿಕಾ ಸರಬರಾಜು ಮಾಡಿದ ಎಫ್-16 ಯುದ್ಧ ವಿಮಾನಗಳು, ಅಪಾಚೆ ಹೆಲಿಕಾಪ್ಟರ್‌ಗಳು ಹಾಗೂ ಅಮೇರಿಕ ಕ್ಷಿಪಣಿ ಮತ್ತು ಬಾಂಬುಗಳೇ ಗಾಜಾದಲ್ಲಿ ಪ್ಯಾಲೇಸ್ತೀನಿಯರ ಸಾವು, ನೋವು, ನಷ್ಟಕ್ಕೆ ಕಾರಣವಾದದ್ದು. ಅಮೇರಿಕಾ ಸಹಾಯ ನೀಡದೆ ಇದ್ದಿದ್ದರೆ ಇಸ್ರೇಲ್ ದೇಶದ ಆರ್ಥಿಕ ವ್ಯವಸ್ಥೆ ರಾತ್ರೋರಾತ್ರಿ ಕುಸಿದು ಬೀಳುತ್ತಿತ್ತು. ಈ ಶ್ರೀಮಂತ ತೈಲ ಪ್ರದೇಶವನ್ನು ತನ್ನ ಹಿಡಿತದಲ್ಲಿ ಇಟ್ಟುಕೊಳ್ಳಲು, ಮಧ್ಯಪ್ರಾಚ್ಯದಲ್ಲಿ ನಿಯಂತ್ರಣ ಸಾಧಿಸಲು ಅಮೇರಿಕಾ ಹುಟ್ಟುಹಾಕಿದ ಶಕ್ತಿ ಯಹೂದಿ ಇಸ್ರೇಲ್ ರಾಷ್ಟ್ರ. ಇಸ್ರೇಲ್ ಅನುಸರಿಸುತ್ತಿರುವ ನರಮೇಧ ನೀತಿಗಳ ಪರಿಣಾಮಗಳಿಂದ ಅದನ್ನು ಉಳಿಸಲು ಅಮೇರಿಕಾ ಭದ್ರತಾ ಮಂಡಳಿಯಲ್ಲಿ ತನ್ನ ವಿಟೋ ಶಕ್ತಿಯನ್ನು ಮತ್ತೆ ಮತ್ತೆ ಪ್ರಯೋಗಿಸಿದೆ. 1972ರಿಂದ ಈವರೆಗೆ ವಿಶ್ವಸಂಸ್ಥೆಯ ಭದ್ರತಾ ಸಮಿತಿಯಲ್ಲಿ ಇಸ್ರೇಲ್ ವಿರುದ್ಧ ನಿರ್ಣಯಗಳ ವಿರುದ್ಧ 102 ಬಾರಿ ಅಮೇರಿಕ ವಿಟೋ ಬಳಸಿದೆ. 2006ರಲ್ಲಿ ಇಸ್ರೇಲ್ ಲೆಬನಾನ್ ಮೇಲೆ ಮಾಡಿದ ಆಕ್ರಮಣ ವೇಳೆಯಲ್ಲಿ ಹಾಗೂ ಗಾಜಾ ಹತ್ಯಾಕಾಂಡಗಳ ಸಮಯದಲ್ಲಿ ಅಮೇರಿಕಾ ಉದ್ದೇಶಪೂರ್ವಕವಾಗಿ ಇಸ್ರೇಲ್‌ಗೆ ತನ್ನ ಉದ್ದೇಶ ಸಾಧಿಸಿಕೊಳ್ಳಲು ಸಮಯ ನೀಡುವ ಸಲುವಾಗಿ ವಿಶ್ವಸಂಸ್ಥೆ ನಿರ್ಣಯ ಅಂಗೀಕರಿಸುವುದು ವಿಳಂಬವಾಗುವಂತೆ ನೋಡಿಕೊಂಡಿತು. ಅಕ್ರಮವಾಗಿ ಪರಮಾಣು ಶಸ್ತ್ರಗಳನ್ನು ಇಸ್ರೇಲ್‌ಗೆ ನೀಡಿರುವ ಅಮೇರಿಕಾ, ಸುಮಾರು 300 ಪರಮಾಣು ಅಸ್ತ್ರಗಳು, ಶಸ್ತ್ರಗಳಿಗೆ ಬೇಕಾಗುವ ಇತರೆ ಉಪಕರಣಗಳ ಕಟ್ಟಿಕೊಟ್ಟಿದೆ. ಇವತ್ತು ಇಸ್ರೇಲ್ ಒಂದು ಭಂಡ ರಾಷ್ಟ್ರವಾಗಿದ್ದರೆ, ಅದಕ್ಕೆ ಮುಖ್ಯ ಕಾರಣ ಅಮೇರಿಕಾ ನೀಡುತ್ತಿರುವ ನೆರವು ಮತ್ತು ರಕ್ಷಣೆ.

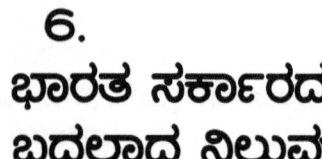

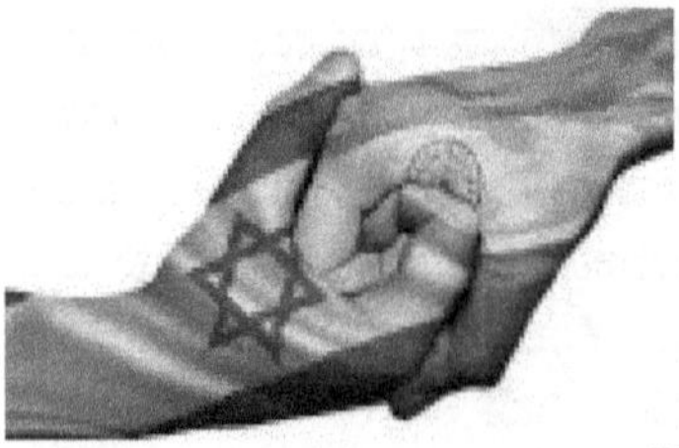

೬.
ಭಾರತ ಸರ್ಕಾರದ ಬದಲಾದ ನಿಲುವು

ಅಮೇರಿಕಾ ಮತ್ತು ಯುರೋಪಿಯನ್ ರಾಷ್ಟ್ರಗಳು ಇಸ್ರೇಲ್ ದೇಶದೊಂದಿಗೆ ಮಾಡಿಕೊಂಡಿರುವ ಹೊಂದಾಣಿಕೆಗಳಿಗೆ ಕಾರಣಗಳನ್ನು ಸುಲಭವಾಗಿ ಅರ್ಥ ಮಾಡಿಕೊಳ್ಳಬಹುದು. ಆದರೆ, ಭಾರತ ಸರ್ಕಾರ ತನ್ನ ಇಸ್ರೇಲ್ ಬಗೆಗಿನ ನೀತಿಗೆ ಏನು ವಿವರಣೆ ನೀಡುತ್ತದೆ? ನಾವು ಈಗಾಗಲೇ ನೋಡಿದಂತೆ ಇಸ್ರೇಲ್ ಗುಪ್ತಚರ ಸಂಸ್ಥೆ ಮೊಸಾದ್ ಮತ್ತು ಭೂಸೇನೆ ಅಧಿಕಾರಿಗಳು ಕಾಶ್ಮೀರಕ್ಕೆ ಭೇಟಿ ನೀಡಿದ ವರದಿಗಳು ಬಂದಿವೆ. ಭಾರತ ಇಸ್ರೇಲ್‌ದೊಂದಿಗೆ ಬಾಂಬುದಾಳಿ ನಡೆಸುವ ಶಸ್ತ್ರಗಳ ವ್ಯಾಪಾರ ಒಪ್ಪಂದ ಮಾಡಿಕೊಂಡಿದೆ. ಇದರಿಂದಾಗಿ ಇಸ್ರೇಲಿನ ಶಸ್ತ್ರಾಸ್ತ್ರ ತಯಾರಿಕಾ ಕಾರ್ಖಾನೆಗಳಿಗೆ ಪೋಷಣೆ ದೊರೆಯಿತ್ತೆ. ಅದಕ್ಕಾಗಿ ಭೂಸೇನಾ ಅಧಿಕಾರಿಗಳು ಭಾರತದಲ್ಲಿ ತಮ್ಮ ಕಾಯಕ ನಡೆಸಿದ್ದಾರೆ. ಪ್ಯಾಲೇಸ್ತೀನಲ್ಲಿ ಸಾಮಾನ್ಯವಾಗಿ ನಿರ್ದಿಷ್ಟ ಹತ್ಯೆಗಳಿಗಾಗಿ ಉಪಯೋಗಿಸುವ ಡ್ರೋನ್ ಮತ್ತು ಇತರೆ ಅಸ್ತ್ರಗಳನ್ನು ಭಾರತ ಮತ್ತು ಇಸ್ರೇಲ್ ಜಂಟಿಯಾಗಿ ಅಭಿವೃದ್ಧಿ ಪಡಿಸುತ್ತಿವೆ. ಸಂಘರ್ಷ ನಡೆಯುತ್ತಿರುವ ಗಾಜಾ ಮತ್ತು ಇರಾನಿನ ಮೇಲೆ ಗೂಢಚಾರಿಕೆ ನಡೆಸಲು ಇಸ್ರೇಲ್‌ಗಾಗಿ ನಾವು ಉಪಗ್ರಹಗಳನ್ನು ಉಡಾಯಿಸುತ್ತಿದ್ದೇವೆ.

ಭಾರತ ಜಿಯೋನಿಸ್ಟ್ ರಾಷ್ಟ್ರದೊಂದಿಗೆ ಬಲಿಷ್ಠ ರಕ್ಷಣಾ ಸಂಬಂಧಗಳನ್ನು ಹೊಂದಿದೆ. ಇಸ್ರೇಲಿನ ಆರ್ಥಿಕತೆಯ ಬೆನ್ನೆಲಬು ಶಸ್ತ್ರಾಸ್ತ್ರ ಮಾರಾಟ, ಸುಮಾರು ವಾರ್ಷಿಕ 3.5 ಅಮೇರಿಕನ್ ಬಿಲಿಯನ್ ಆದಾಯಗಳಿಸುವ ಸುಮಾರು 150 ರಕ್ಷಣಾ ಕಾರ್ಖಾನೆಗಳು ದೇಶದಲ್ಲಿವೆ. ಸರ್ಕಾರದ ಮಾಲೀಕತ್ವದಲ್ಲಿರುವ ಇಸ್ರೇಲಿ ಆರ್ಮ್ಸ್ ಇಂಡಸ್ಟ್ರಿ(ಐ.ಎ.ಐ.), ಇಸ್ರೇಲಿ ಮಿಲಿಟರಿ ಇಂಡಸ್ಟ್ರೀಸ್(ಐ.ಎಂ.ಐ.) ಮತ್ತು ರಾಫೆಲ್ ಆರ್ಮ್ಸ್ ಡೆವೆಲಪ್‌ಮೆಂಟ್ ಅಥಾರಿಟಿ ಇವು ಮೂರು ಬೃಹತ್ ಆಯುಧ ತಯಾರಿಕಾ ಗುಂಪುಗಳು. ಸಾಂಪ್ರದಾಯಿಕ ಯುದ್ಧಕ್ಕೆ ಬೇಕಾಗುವ ವಿವಿಧ ಬಗೆಯ ಆಯುಧಗಳನ್ನು ತಯಾರಿಸುವುದರ ಜೊತೆಯಲ್ಲಿ ಆಧುನಿಕ ರಕ್ಷಣಾ ವಿದ್ಯುತ್ ಸಲಕರಣೆಗಳನ್ನು ಉತ್ಪಾದಿಸುತ್ತದೆ. ಇವುಗಳ ಜೊತೆಯಲ್ಲಿ ಖಾಸಗೀ ಮಾಲೀಕತ್ವಕ್ಕೆ ಸೇರಿದ ಆಯುಧ ಉತ್ಪಾದನಾ ಕಂಪನಿಗಳಿವೆ. ಉದಾ: ಎಲ್‌ಬಿಟ್ ಸಿಸ್ಟಮ್ಸ್, ಟಾಡಿರಾನ್ ಗ್ರೂಪ್. ಇಸ್ರೇಲಿನ ಆಯುಧ ಕೈಗಾರಿಕೆಗಳಲ್ಲಿ ಸುಮಾರು 60,000 ಜನ ಕೆಲಸ ಮಾಡುತ್ತಾರೆ. ಇಸ್ರೇಲ್ ತನ್ನ ದೇಶದ ಆಯುಧ ಉತ್ಪನ್ನಗಳನ್ನು ತನ್ನ ಸಂಸ್ಥೆ ಎಸ್.ಐ.ಬಿ.ಎ.ಟಿ. ಮೂಲಕ ಸಂಯೋಜಿಸುತ್ತದೆ ಹಾಗೂ ನಿಯಂತ್ರಿಸುತ್ತದೆ. ವಿದೇಶಗಳಿಗೆ

ರಫ್ತಾಗುವ ಆಯುಧಗಳಿಗೆ ಪರವಾನಗಿ ನೀಡುವುದು, ಮಾರುಕಟ್ಟೆಗಳನ್ನು ವಿಸ್ತರಿಸುವುದು ಎಸ್.ಐ.ಬಿ.ಎ.ಟಿ. ಕೆಲಸ. ಎಲೆಕ್ಟ್ರಾನಿಕ್ ಬಿಡಿ ಭಾಗಗಳು, ಕ್ಷಿಪಣಿಗಳು, ಡ್ರೋನ್‌ಗಳು ಮತ್ತು ಟ್ಯಾಂಕುಗಳು ಈ ರಫ್ತಿನ ಪಟ್ಟಿಯಲ್ಲಿ ಇರುತ್ತವೆ.

1992ರಲ್ಲಿ ಪ್ರಾರಂಭವಾದ ಇಂಡಿಯಾದೊಂದಿಗಿನ ಇಸ್ರೇಲಿ ರಾಜತಾಂತ್ರಿಕ ಸಂಬಂಧ, ಇಸ್ರೇಲಿಗೆ ರಾಜಕೀಯ ರಕ್ಷಣಾ ಸಂಬಂಧ ಕೈಗಾರಿಕಾ ಸಂಬಂಧಗಳ ದಿಸೆಯಲ್ಲಿ ಕತ್ತಲೆಯಲ್ಲಿ ಬೆಳಕನ್ನು ಹರಿಸಿದಂತಾಯಿತು. ರಾಜತಾಂತ್ರಿಕ ಸಂಬಂಧಗಳ ಜೊತೆಯಲ್ಲಿ ಬೆಳೆದ ರಕ್ಷಣಾ ವಾಣಿಜ್ಯ ವ್ಯವಹಾರ ಇಸ್ರೇಲಿನ ರಕ್ಷಣಾ ಉತ್ಪನ್ನಗಳನ್ನು ತಯಾರಿಸುವ ಕೈಗಾರಿಕೆಗಳಿಗೆ ಪುನಶ್ಚೇತನ ನೀಡಿತು. ಭಾರತ 2006ರಲ್ಲಿ ಇಸ್ರೇಲಿ ರಕ್ಷಣಾ ಕಾರ್ಖಾನೆಗಳಿಂದ 44 ಲಕ್ಷ ಡಾಲರ್‌ಗಳ ವಹಿವಾಟು ಮಾಡಿತು. ಇದು ಎಲ್ಲಾ ಕಾಲದ ದಾಖಲೆ ಮೀರಿದ ವ್ಯಾಪಾರವಾಯಿತು. ವಿಶ್ವದಲ್ಲಿ ಯುದ್ಧೋಪಕರಣಗಳನ್ನು ಮತ್ತು ಶಸ್ತ್ರಾಸ್ತ್ರಗಳನ್ನು ರಫ್ತು ಮಾಡುವ ಪ್ರಮುಖ ಐದು ದೇಶಗಳ ಪಟ್ಟಿಯಲ್ಲಿ ಇಸ್ರೇಲ್ ಸ್ಥಾನ ಪಡೆಯಲು, ಭಾರತ ಇಸ್ರೇಲ್‌ನೊಂದಿಗೆ ಹೊಂದಿರುವ ವ್ಯಾಪಾರವೇ ಇದಕ್ಕೆ ಕಾರಣ.

ಭಾರತ ಇಸ್ರೇಲ್‌ನಿಂದ ಖರೀದಿಸುವ ಪ್ರಮುಖ ಶಸ್ತ್ರಗಳು: ಬಾರಾಕ್ ನೌಕಾ ಕ್ಷಿಪಣಿ-ನಿರೋಧಕ ಎಚ್ಚರಿಕೆ ಕೊಡುವ ಸಮುಚ್ಚಯ, ವಾಯುವಿಹಾರಿ ಫಾಲ್ಕನ್ ಅಪಾಯ ಎಚ್ಚರಿಕೆ ಕೊಡುವ ಸಮುಚ್ಚಯ, ಗ್ರೀನ್ ಪೈನ್ಸ್ ಅಪಾಯ ಎಚ್ಚರಿಕೆ ಕೊಡುವ ಮತ್ತು ತೋಪು ನಿಯಂತ್ರಣ ರಾಡಾರ್‌ಗಳು, ಸುಪರ್-ದ್ವೊರಾ ಯುದ್ಧ ವಿಮಾನಗಳು, ಹೆರೊನ್ ವಾಯುವಾಹನಗಳು, ರಾತ್ರಿ ಕಾಣುವ ಗೊಗಲ್‌ಗಳು, ಸ್ಪೈಡರ್ ಕ್ಷಿಪಣಿಗಳು. ಇದಲ್ಲದೆ 2006ರಲ್ಲಿ ಭಾರತದ ಡಿ.ಆರ್.ಡಿ.ಒ. ಮತ್ತು ಇಸ್ರೇಲಿನ ಐ.ಎ.ಐ ಕ್ಷಿಪಣಿ ಅಭಿವೃದ್ಧಿಗಾಗಿ 48 ಕೋಟಿ ಡಾಲರ್‌ಗಳ ಐದು ವರ್ಷಗಳ ಒಪ್ಪಂದ ಮಾಡಿಕೊಂಡಿತು. ಇದೇ ಐ.ಎ.ಐ ಭಾರತದ ಇಸ್ರೋ ISRO ರಾಡಾರ್ ಉಪಗ್ರಹಗಳನ್ನು ಉಡಾಯಿಸುವ ಬಗ್ಗೆ ಒಪ್ಪಂದ ಮಾಡಿಕೊಂಡಿದೆ. ಭಾರತಕ್ಕೆ ರಕ್ಷಣಾ ಸಾಮಾಗ್ರಿಗಳನ್ನು ಸರಬರಾಜು ಮಾಡುವ ಪ್ರಮುಖ ರಾಷ್ಟ್ರಗಳ ಪಟ್ಟಿಯಲ್ಲಿ ಸದ್ಯ ಇಸ್ರೇಲ್ 2ನೇ ಸ್ಥಾನದಲ್ಲಿದೆ.

7. ಪ್ಯಾಲೇಸ್ತೀನ್ ಪ್ರಶ್ನೆ ಬಗ್ಗೆ ಭಾರತದ ನಿಲುವು

ನನಗೆ ಯಹೂದಿಗಳ ಬಗ್ಗೆ ಸಹಾನುಭೂತಿಯಿದೆ.. ಆದರೆ ನನಗೆ ಯಹೂದಿಗಳ ಬಗ್ಗೆ ಸಹಾನುಭೂತಿಯಿದೆ ಎಂದಾಕ್ಷಣ ಅವರ ಎಲ್ಲ ಬೇಡಿಕೆಗಳಿಗೆ ಬಗ್ಗೆ ಸಮ್ಮತಿಯಿದೆ ಎಂದರ್ಥವಲ್ಲ. ತಮಗೆ ಪ್ರತ್ಯೇಕ ರಾಷ್ಟ್ರ ಬೇಕೆನ್ನುವ ಅವರ ಬೇಡಿಕೆ ನನಗೆ ಎಂದೂ ಸರಿಯೆನಿಸುವುದಿಲ್ಲ. ಬೈಬಲ್ ಇತ್ಯಾದಿಯನ್ನು ಉದ್ಧರಿಸಿ ತಾವು ಪ್ಯಾಲಿಸ್ತೀನಿಗೆ ಹಿಂದಿರುಗಬೇಕು ಎನ್ನುವ ಅವರ ವಾದ ಅರ್ಥವಿಲ್ಲದ್ದು. ಅದರ ಬದಲು ಉಳಿದವರಂತೆ ಯಹೂದಿಗಳು ಕೂಡ ತಾವು ಹುಟ್ಟಿ ಬೆಳೆದ ದೇಶವನ್ನೇ ತಮ್ಮದೆಂದು ಪರಿಗಣಿಸುವುದು ಅಗತ್ಯ.

ಪ್ಯಾಲೇಸ್ತೀನ್ ಅರಬ್ಬರಿಗೆ ಸೇರಿದ್ದು, ಇಂಗ್ಲಿಷ್ ಜನಕ್ಕೆ ಇಂಗ್ಲೆಂಡ್ ಸೇರಿರುವ ಹಾಗೆ, ಫ್ರೆಂಚರಿಗೆ ಫ್ರಾನ್ಸ್ ಇದ್ದ ಹಾಗೆ. ಯಹೂದಿಗಳನ್ನು ಅರಬ್ಬರ ಮೇಲೆ ಹೇರುವುದು ತಪ್ಪು ಮತ್ತು ಅಮಾನವೀಯ ಕೂಡ. ಪ್ಯಾಲೇಸ್ತೀನಿನಲ್ಲಿ ಇವತ್ತು ಏನಾಗುತ್ತಿದೆಯೋ ಅದಕ್ಕೆ ಯಾವ ನೈತಿಕ ಬೆಂಬಲವೂ ಇಲ್ಲ. ಯಹೂದಿಗಳ ಒತ್ತಾಯದಂತೆ ಅವರಿಗೆ ಒಂದು ಪ್ರತ್ಯೇಕ ರಾಷ್ಟ್ರ ನಿರ್ಮಾಣವಾದರೆ ಎರಡು ರಾಷ್ಟ್ರಗಳನ್ನು ಹೊಂದಿದ ಸೌಲಭ್ಯ ಅವರದಾಗುತ್ತದೆ. ತಾವು ಹುಟ್ಟಿ ಬೆಳೆದ ನಾಡು ಮತ್ತು ಹೊಸ ರಾಷ್ಟ್ರ. ಎರಡೂ ಕಡೆ ಸವಲತ್ತು ಪಡೆಯುವ ಅವಕಾಶ ಅವರಿಗೆ ದಕ್ಕುತ್ತದೆ. ಇದು ಸರಿಯಾದ ಮಾರ್ಗ ಅಲ್ಲ.
ಇದರಿಂದ ಅರಬ್-ಯಹೂದಿ ಸಮಸ್ಯೆ ಬಗೆಹರಿಯುವುದಿಲ್ಲ.

–ಮಹಾತ್ಮ ಗಾಂಧಿ, 26.11.1938ರ 'ಹರಿಜನ' ಪತ್ರಿಕೆಯ ಲೇಖನದಿಂದ.

ಜಿಯೋನಿಸ್ಟ್ ಯಹೂದಿಯರು ಪ್ಯಾಲೇಸ್ತೀನ್ ಪ್ರದೇಶವನ್ನು ಅತಿಕ್ರಮಿಸಿ, ಅಲ್ಲಿನ ಮೂಲ ನಿವಾಸಿಗಳನ್ನು ಗುಲಾಮಗಿರಿಗೂ ನಿಕೃಷ್ಟವಾದ ಜೀವನ ನಡೆಸಲು ಪರಿಸ್ಥಿತಿಯನ್ನು

ಸೃಷ್ಟಿಸಿರುವುದು ಜಗತ್ತಿಗೆ ಬಹಿರಂಗವಾಗಿ ತಿಳಿದಿರುವ ಸತ್ಯ. ಜಗತ್ತಿನ ಶಾಂತಿ ಮತ್ತು ಮಾನವತೆಯ ಬಗ್ಗೆ ದೊಡ್ಡದಾಗಿ ಮಾತನಾಡುವ ಅಮೇರಿಕಾ ಮತ್ತು ಅದರ ಬಾಲಬಾಡುಕ ನ್ಯಾಟೋ ಕೂಟದ ದೇಶಗಳು ಯಾವ ನಾಚಿಕೆಯೂ ಇಲ್ಲದೆ ಪ್ಯಾಲೇಸ್ತೀನ್ ಪ್ರದೇಶದ ಮೇಲೆ ಅಮೇರಿಕಾ ಮತ್ತು ಇಸ್ರೇಲ್ ನಡೆಸಿರುವ ಆಕ್ರಮಣವನ್ನು 'ಸ್ವ-ರಕ್ಷಣೆ' ಹೆಸರಿನಲ್ಲಿ ಸಮರ್ಥಿಸಿಕೊಳ್ಳುತ್ತಿವೆ. ಈ ದುಷ್ಟಕೂಟಕ್ಕೆ ಇತ್ತೀಚೆಗೆ ಸೇರಿಕೊಂಡಿರುವ ದೇಶ ಭಾರತ.

ಭಾರತದ ರಾಷ್ಟ್ರೀಯ ಚಳುವಳಿ ಸದಾ ಸಂತ್ರಸ್ತ ಪ್ಯಾಲೇಸ್ತೀನ್ ಜನತೆಗೆ ಜಿಯೋನಿಸ್ಟರ ನೆಲಕಬಳಿಕೆ ವಿರುದ್ಧ ಬೆಂಬಲ ನೀಡಿದೆ. ರಾಷ್ಟ್ರಪಿತ ಮಹಾತ್ಮಗಾಂಧಿಯವರು 1938ರಲ್ಲಿ ತಮ್ಮ ಜನಪ್ರಿಯ ಪತ್ರಿಕೆ 'ಹರಿಜನ'ದ ಸಂಪಾದಕೀಯದಲ್ಲಿ ಯಹೂದಿಯರ ಜಿಯೋನಿಸಂ ನೀತಿಯನ್ನು ಬಲವಾಗಿ ಖಂಡಿಸಿದ್ದಾರೆ. ಮಾತ್ರವಲ್ಲದೆ, ಪ್ಯಾಲೇಸ್ತೀನ್ ಪ್ರದೇಶ ಪ್ಯಾಲೇಸ್ತೀನಿಯರಿಗೆ ಸೇರಬೇಕು ಎಂದು ಆಗ್ರಹಿಸಿದ್ದಾರೆ. ಇದೇ ನೀತಿಯನ್ನು ಸ್ವಾತಂತ್ರ ಪಡೆದ ನಂತರ ಕೇಂದ್ರದಲ್ಲಿ ಅಧಿಕಾರಕ್ಕೆ ಬಂದ ಎಲ್ಲಾ ಸರಕಾರಗಳು ಅನುಸರಿಸಿಕೊಂಡು ಬಂದವು. ಭಾರತೀಯರ ಆಶಯವೂ ಇದೇ ಆಗಿತ್ತು. ಪ್ಯಾಲೇಸ್ತೀನ್ ವಿಮೋಚನಾ ಸಂಘಟನೆ(ಪಿ.ಎಲ್.ಒ)ಯನ್ನು ಪ್ಯಾಲೇಸ್ತೀನಿಯರನ್ನು ಪ್ರತಿನಿಧಿಸುವ ಏಕೈಕ ಕಾನೂನುಬದ್ಧ ಸಂಘಟನೆ ಎಂದು 1974ರಲ್ಲಿ ಮಾನ್ಯತೆ ನೀಡಿದ ಪ್ರಮುಖ ಅರಬೇತರ ದೇಶ ಭಾರತ. ಪ್ಯಾಲೇಸ್ತೀನ್ ಒಂದು ಸ್ವತಂತ್ರ ರಾಷ್ಟ್ರ ಎಂದು 1988ರಲ್ಲಿ ಘೋಷಿಸಿದಾಗ ಅದಕ್ಕೆ ಮಾನ್ಯತೆ ಕೊಟ್ಟ ಮೊಟ್ಟಮೊದಲ ಅರಬೇತರ ದೇಶ ಭಾರತ.

ಪ್ಯಾಲೇಸ್ತೀನಿನ ಪಶ್ಚಿಮ ದಂಡೆ ಮತ್ತು ಗಾಜಾ ಪ್ರದೇಶವನ್ನು ಅಕ್ರಮವಾಗಿ ಆಕ್ರಮಿಸಿರುವ ಇಸ್ರೇಲ್ ಧೋರಣೆಯನ್ನು ಭಾರತ ಬಹಿರಂಗವಾಗಿ ಅಂತರಾಷ್ಟ್ರೀಯ ಸಂಸ್ಥೆಗಳ ಸಭೆಗಳಲ್ಲಿ ತೀವ್ರವಾಗಿ ಖಂಡಿಸಿದೆ. ಮಾನವೀಯತೆಯ ಮಾರಣ ಹೋಮ ತಡೆಯಲು ತನ್ನ ರಾಜತಾಂತ್ರಿಕ ವರ್ಚಸ್ಸನ್ನು ಪ್ಯಾಲೇಸ್ತೀನ್ ಒಳಿತಿಗಾಗಿ ವ್ಯಯಿಸಿದೆ.

ಕೇಂದ್ರದಲ್ಲಿ ವಾಜಪೇಯಿ ನೇತೃತ್ವದ ಎನ್‌ಡಿಎ ಸರಕಾರ ಅಧಿಕಾರ ಸೂತ್ರಗಳನ್ನು ಹಿಡಿದ ನಂತರ ಪರಿಸ್ಥಿತಿ ಬದಲಾಯಿಸಿತು. ಪ್ಯಾಲೇಸ್ತೀನ್ ಜನತೆಗೆ ಬೆಂಬಲ ಎನ್ನುವುದರ ಬದಲಾಗಿ ಇಸ್ರೇಲ್‌ನೊಂದಿಗೆ ತಾಂತ್ರಿಕವಾಗಿ ಬಲವಾದ ಬಾಂದವ್ಯವನ್ನು ಬೆಳೆಸುವುದು ದೇಶಕ್ಕೆ ಅಗತ್ಯ ಎನ್ನುವ ಹೊಸ ನೀತಿಯನ್ನು ಅಳವಡಿಸಲಾಯಿತು. ನಂತರ ಅಧಿಕಾರಕ್ಕೆ ಬಂದ ಯುಪಿಎ ಸರಕಾರ ವಾಜಪೇಯಿಯವರ ಬಿಜೆಪಿ-ಅರೆಸ್ಸೆಸ್ ಪ್ರಣೀತ ವಿದೇಶಾಂಗ ನೀತಿಯನ್ನೇ ಮುಂದುವರೆಸಿತು. ಪಶ್ಚಿಮ ಏಷ್ಯಾ ರಾಷ್ಟ್ರಗಳಾದ ಇರಾನ್, ಇರಾಕ್, ಜೋರ್ಡಾನ್, ಲೆಬನಾನ್, ಸಿರಿಯಾ, ಸೌದಿ ಅರೇಬಿಯಾ, ತುರ್ಕಸ್ಥಾನ, ಈಜಿಪ್ಟ್ ಮತ್ತು ಇಸ್ರೇಲ್ ದೇಶಗಳಲ್ಲಿ ಶಾಂತಿ ನೆಲೆಸುವುದು ದಕ್ಷಿಣ ಏಷ್ಯಾ ದೇಶಗಳಲ್ಲಿನ ಅಭಿವೃದ್ಧಿಗೆ ಪೂರಕ ಎನ್ನುವುದನ್ನು ಭಾರತ ಮರೆಯಿತು. ಪಶ್ಚಿಮ ಏಷ್ಯಾ ರಾಷ್ಟ್ರಗಳ ನಡುವೆ ನಡೆಯುತ್ತಿರುವ ಸಂಘರ್ಷಕ್ಕೆ ಪ್ಯಾಲೇಸ್ತೀನ್ ಮೇಲೆ ನಡೆದ ಆಕ್ರಮಣವೇ ಕಾರಣ ಎನ್ನುವುದು ಗೌಣವಾಯಿತು.

ಭಾರತ ಮತ್ತು ವಿಶ್ವದ ರಾಷ್ಟ್ರಗಳು ಪ್ಯಾಲೇಸ್ತೀನ್ ಸಮಸ್ಯೆಗೆ ಪರಿಹಾರ ಹುಡುಕುವಲ್ಲಿ ಮೌನ ವಹಿಸಿರುವುದು ಅಥವಾ ನಿರಾಸಕ್ತಿಯನ್ನು ವಹಿಸುತ್ತಿರುವುದರ ಮೂಲಕ ತಟಸ್ಥವಾಗಿರುವುದು ಸರಿಯಲ್ಲ. ಅಕ್ರಮವಾಗಿ ಆಕ್ರಮಿಸಿಕೊಂಡಿರುವ ಪ್ಯಾಲೇಸ್ತೀನ್ ಪ್ರದೇಶಗಳನ್ನು ತೆರವುಗೊಳಿಸುವಲ್ಲಿ ಪ್ರಪಂಚದ ದೇಶಗಳು ತೋರುತ್ತಿರುವ ದೀರ್ಘ

ನಿರುತ್ಸಾಹ ಮತ್ತು ಮೌನ ಮುಂದಿನ ದಿನಗಳಲ್ಲಿ ತೀವ್ರಗಾಮಿ ಪರಿಣಾಮಗಳನ್ನು ಸೃಷ್ಟಿಸಬಲ್ಲದು. ಆದ್ದರಿಂದ ಭಾರತ ಸ್ವಯಂ ಆಸಕ್ತಿ ವಹಿಸಿ, ಮಾತುಕತೆ ನಡೆಸಲು ಸೂಕ್ತ ವಾತಾವರಣ ನಿರ್ಮಿಸಲು ಮುಂದಾಳುತ್ವ ವಹಿಸಬೇಕು. ಪಶ್ಚಿಮ ಏಷ್ಯಾ ರಾಷ್ಟ್ರಗಳಲ್ಲಿ ಸುರಕ್ಷೆ, ಸುಭಿಕ್ಷೆ, ನೆಮ್ಮದಿ ಮತ್ತು ಶಾಂತಿ ಸ್ಥಿರವಾಗಿ ನೆಲೆಸಲು ಸೌಹಾರ್ದತೆಯನ್ನು ಸಾಧಿಸಲು ಇರುವ ಮಾರ್ಗವೆಂದರೆ ಅದು ಇಸ್ರೇಲ್ ಪ್ಯಾಲೇಸ್ತೀನ್‌ನಿಂದ ತನ್ನ ಅಕ್ರಮ ಆಕ್ರಮಣವನ್ನು ಹಿಂದಕ್ಕೆ ಪಡೆಯುವುದು. ಆಕ್ರಮಿತ ಪ್ರದೇಶಗಳಲ್ಲಿ ನೆಲೆಸಿರುವ ಯಹೂದಿ ವಲಸಿಗರನ್ನು ಜಾಗ ಖಾಲಿಮಾಡಿಸಿ, ಪ್ಯಾಲೇಸ್ತೀನ್ ಸ್ವತಂತ್ರ ರಾಷ್ಟ್ರಕ್ಕೆ ಮಾನ್ಯತೆ ನೀಡುವುದು. ಸತತ ಮಾತುಕತೆಗಳ ಮೂಲಕ ಮಾತ್ರ ಇದನ್ನು ಸಾಧಿಸಲು ಸಾಧ್ಯ ವಿನಹ ಗಾಜಾ ಮತ್ತು ಆಕ್ರಮಿತ ಪ್ರದೇಶಗಳಲ್ಲಿ ಇಸ್ರೇಲ್ ನಡೆಸುತ್ತಿರುವ ಹಿಂಸಾಕಾಂಡಗಳ ಮೂಲಕ ಅಲ್ಲ.

ಜೆರೋಸಲೇಂ ನಗರವನ್ನು ರಾಜಧಾನಿಯನ್ನಾಗಿಸಿ ಪ್ಯಾಲೇಸ್ತೀನ್ ಜನತೆಯ ಸರ್ವತಂತ್ರ ಸ್ವತಂತ್ರ ಸಾರ್ವಭೌಮ ರಾಷ್ಟ್ರ ರಚನೆಗೆ ಅವಕಾಶ ನೀಡುವಂತೆ ಭಾರತ ಸರಕಾರ ಸ್ವಯಂಪ್ರೇರಣೆಯಿಂದ ಅಂತರಾಷ್ಟ್ರೀಯವಾಗಿ ಇಸ್ರೇಲ್ ಮೇಲೆ ಒತ್ತಡ ಹೇರಲು ಕಾರ್ಯತತ್ಪರವಾಗಬೇಕು. ಅಲ್ಲಿಯವರೆಗೆ ಭಾರತ ಇಸ್ರೇಲ್‌ದೊಂದಿಗೆ ಮಾಡಿಕೊಂಡಿರುವ ರಕ್ಷಣಾ ಸಾಮಾಗ್ರಿಗಳ ಖರೀದಿ ಒಪ್ಪಂದಗಳನ್ನು ಹಾಗೂ ಪರಸ್ಪರ ಸುರಕ್ಷೆಯ ಸಲುವಾಗಿ ಸ್ಥಾಪಿಸಿರುವ ಸಂಬಂಧಗಳನ್ನು ತೊರೆಯಬೇಕು. ಇಂತಹ ಕ್ರಮಗಳಿಂದ ಮಾತ್ರ ಭಾರತ ತಾನು ಪ್ಯಾಲೆಸ್ತೀನಿಯರ ನೋವಿಗೆ, ಸ್ಪಂದಿಸುತ್ತಿರುವುದನ್ನು ದೃಢಪಡಿಸಬಹುದು. ಕೇವಲ ಬಾಯಿ ಉಪಚಾರದ ಸಹಾನುಭೂತಿ ತೋರಿಸುವುದು ಮತ್ತೊಂದು ಕಡೆ ಅಮೇರಿಕಾ ಮತ್ತು ಇಸ್ರೇಲ್ ಜೊತೆ ಪ್ರಮುಖ ಪಾಲುದಾರನಾಗಿ ವ್ಯವಹರಿಸುವುದು ನೈತಿಕತೆಯೂ ಅಲ್ಲ, ಅರಬ್ ಪ್ರದೇಶದಲ್ಲಿ ಭಾರತದ ಹಿತಾಸಕ್ತಿಗಳನ್ನು ಕಾಪಾಡುವ ಹಾಗೂ ಅರಬ್ ದೇಶಗಳ ಜತೆ ಉತ್ತಮ ಬಾಂಧವ್ಯದ ದೃಷ್ಟಿಯಿಂದ ಸೂಕ್ತವೂ ಅಲ್ಲ.

೮.
ಪರಿಹಾರ ಏನು?

ಪ್ಯಾಲೇಸ್ಟೀನ್ ಮತ್ತು ಇಸ್ರೇಲ್ ನಡುವೆ ನಡೆದಿರುವ ಸಂಘರ್ಷಕ್ಕೆ ಧರ್ಮ ಸಂಘರ್ಷದ ಲೇಪ ಹಚ್ಚುವ ಕೆಲಸವನ್ನು ಕೆಲವರು ಮಾಡುತ್ತಿದ್ದಾರೆ. ಅಬ್ರಾಹಂನ ಮೂರು ಮುಖ್ಯ ಏಕ ದೇವೋಪಾಸನೆಯ ಧರ್ಮಗಳಾದ ಯೆಹೂದಿ, ಕ್ರಿಶ್ಚಿಯನ್ ಹಾಗೂ ಇಸ್ಲಾಂ ಧರ್ಮಗಳು ಪಶ್ಚಿಮ ಏಶಿಯಾ ರಾಷ್ಟ್ರಗಳಲ್ಲಿ ಶತಮಾನಗಳಿಂದ ಸಹನಾಗರಿಕರಾಗಿ ಬಾಳಿದ್ದನ್ನು ಉದ್ದೇಶಪೂರ್ವಕವಾಗಿ ಮರೆಮಾಚುತ್ತಾರೆ. ಇದು ನಿಜವಾಗಿಯೂ ಧರ್ಮ ಸಂಘರ್ಷದ ಯುದ್ಧವೇ ಆಗಿದ್ದರೆ ಇಂದಿಗೂ ಯಹೊದ್ಯರು ಮತ್ತು ಮುಸ್ಲಿಮರು ಮೆರಾಕೋ, ಇರಾನ್, ಇರಾಕ್, ಈಜಿಪ್ಟ್, ಸಿರಿಯಾ, ಲೆಬನಾನ್, ಜೋರ್ಡಾನ್, ಟ್ಯುನೇಶಿಯಾ, ಇಥಿಯೋಪಿಯಾ ಮುಂತಾದ ದೇಶಗಳಲ್ಲಿ ಏಕೆ ಧರ್ಮ ಸಂಘರ್ಷ ಅಥವಾ ಧರ್ಮಯುದ್ಧ ಮಾಡುವುದರ ಬದಲು ಶಾಂತಿಯುತ ಸಹಬಾಳ್ವೆ ನಡೆಸಿದ್ದಾರೆ? ಇದರಿಂದ ಸ್ಪಷ್ಟವಾಗುವ ಸಂಗತಿ ಎಂದರೆ ಯುದ್ಧ ನಿರಂತರ ಸಂಘರ್ಷಕ್ಕೆ ಎಡೆ ಮಾಡಿರುವುದು ಅಧಿಕಾರಕ್ಕಾಗಿ, ದುರಾಸೆ ಪೀಡಿತರಾಗಿ ಹಾಗೂ ಹೊರ ದೇಶಗಳು ಈ ಎರಡು ದೇಶಗಳೊಂದಿಗೆ ಹೊಂದಿರುವ ತದ್ವಿರುದ್ಧ ಹಿತಾಸಕ್ತಿಗಳ ಪರಿಣಾಮದಿಂದ. ಮೂರು ಧರ್ಮಗಳ ಜನತೆ ಪರಸ್ಪರ ಪ್ರೀತಿ ವಿಶ್ವಾಸದಿಂದ ಬಾಳದಂತೆ ತಡೆಯುವ, ಬಾಳಲು ಸಾಧ್ಯವೇ ಇಲ್ಲ ಎನ್ನುವಂತೆ ಮಾಡಿರುವ ಯಾವ ಅಂಶಗಳು ಇಲ್ಲ. ವಾಸ್ತವವಾಗಿ ಮೂರು ಧರ್ಮಗಳಲ್ಲಿ ಪ್ರಸ್ತಾಪಿಸಿರುವ ಪ್ರವಾದಿಗಳು, ಪವಿತ್ರ ಸ್ಥಳಗಳು ಹಾಗೂ ಬೋಧನೆಗಳು ಪರಸ್ಪರ ಪೂರಕವಾಗಿದ್ದು 'ಒಂದೇ ಬಳ್ಳಿಯ ಹೂಗಳು' ಎಂಬಂತೆ ಇವೆ. ಆದ್ದರಿಂದ ಧರ್ಮ ಸಂಘರ್ಷದ ನೆಪ, ಆರೋಪಗಳು ಸತ್ಯವನ್ನು ಮರೆಮಾಚುವ ಪ್ರಯತ್ನ ಎನ್ನುವುದು ಸ್ಪಷ್ಟವಾಗುತ್ತದೆ.

ಇಸ್ರೇಲಿನ ಪ್ರಜೆಗಳು ಬಹುತೇಕ ಹಿರಿಯರು ಪ್ಯಾಲೇಸ್ಟೀನಿಯರೊಂದಿಗೆ ಶಾಂತಿಯುತವಾಗಿ ಬದುಕಲು ಇಚ್ಚಿಸುತ್ತಾರೆ. ಕಳೆದ ದಿನಗಳ ಪ್ರೀತಿ, ಸೌಹಾರ್ದತೆಯನ್ನು ನೆನೆಯುತ್ತಾರೆ. ಆದರೆ, ಕಳೆದ ಆರು ದಶಕಗಳಿಂದಲೂ ಇಸ್ರೇಲ್‌ನಲ್ಲಿ ಆಡಳಿತ ನಡೆಸುತ್ತಿರುವ ಜಿಯೋನಿಸ್ಟ್ ವಿಚಾರಗಳ ಅನುಷ್ಠಾನಕ್ಕೆ ಪಣತೊಟ್ಟ ಸರಕಾರಗಳು ಪ್ಯಾಲೇಸ್ಟೀನ್‌ನಲ್ಲಿ ಶಾಂತಿ ಎಂದರೆ ಪ್ಯಾಲೇಸ್ಟೀನಿಯರ ಸಂಪೂರ್ಣ ಶರಣಾಗತಿ ಎನ್ನುವ ಧೋರಣೆ ತಳೆದಿದ್ದಾರೆ.

ನಿಮಗೆ ತಿಳಿದಿರಲಿ

ಪ್ಯಾಲೇಸ್ತೀನ್ ಪ್ರಶ್ನೆ

ವಿಮೋಚನೆಗಾಗಿ ಹೋರಾಡುತ್ತಿರುವ ಪ್ಯಾಲೇಸ್ತೀನ್ ಜನತೆಯ ಪರವಾಗಿ ದೇಶದ ಎಲ್ಲಾ ಪ್ರಗತಿಪರ ಮತ್ತು ಪ್ರಜಾಸತ್ತಾತ್ಮಕ ರಾಜಕೀಯ ಪಕ್ಷಗಳು ಹಾಗೂ ಸಂಘಟನೆಗಳು ಮೊದಲಿನಿಂದಲೇ ಮುಂಚೂಣಿಯಲ್ಲಿವೆ. ಸ್ವತಂತ್ರ ರಾಷ್ಟ್ರಕ್ಕಾಗಿ ಪ್ಯಾಲೇಸ್ತೀನ್ ಜನತೆ ನಡೆಸುತ್ತಿರುವ ಹೋರಾಟಕ್ಕೆ ಬಲ ನೀಡಲು ಭಾರತ ದೇಶ ಇಸ್ರೇಲ್‌ನೊಂದಿಗೆ ಮಾಡಿಕೊಂಡಿರುವ ಮಿಲಿಟರಿ ಮತ್ತು ಸೆಕ್ಯುರಿಟಿ ಸಂಬಂಧಗಳನ್ನು ಕಡಿದುಕೊಳ್ಳಬೇಕೆನ್ನುವ ಒತ್ತಾಯವನ್ನು ಪ್ಯಾಲೇಸ್ತೀನ್ ಪರ ಸೌಹಾರ್ದ ಸಂಘಟನೆಗಳು ಸರ್ಕಾರದ ಮೇಲೆ ಹೇರಬೇಕು. ಭಾರತ ಮತ್ತು ಪ್ಯಾಲೇಸ್ತೀನ್ ನಡುವೆ ಈ ಹಿಂದಿನಂತೆ ಮೈತ್ರಿ ಮೂಡಬೇಕು. ಹೊಸ ಪ್ಯಾಲೇಸ್ತೀನ್ ಸ್ವತಂತ್ರ ರಾಷ್ಟ್ರದ ಉದಯವಾಗಬೇಕು. ಅರಬರ ಪೂರ್ವ ಜೆರೋಸೆಲಂ ಈ ರಾಷ್ಟ್ರಕ್ಕೆ ರಾಜಧಾನಿ ಆಗಬೇಕು. ಪಶ್ಚಿಮ ದಂಡೆ ಮತ್ತು ಗಾಜಾಪಟ್ಟಿಯನ್ನು ಒಳಗೊಂಡ ಈ ಹೊಸ ರಾಷ್ಟ್ರ ಇಸ್ರೇಲ್‌ನೊಂದಿಗೆ ಶಾಂತಿಯುತವಾಗಿ ಸಹಬಾಳ್ವೆ ನಡೆಸುವಂತಾಗಬೇಕು. ಎಲ್ಲಾ 22 ಅರಬ್ ದೇಶಗಳು ಇಸ್ರೇಲ್ ದೇಶಕ್ಕೆ ಮಾನ್ಯತೆ ನೀಡಬೇಕು. ಈ ರೀತಿಯ ಹೊಂದಾಣಿಕೆಯಿಂದ ಮಾತ್ರ ಸ್ಥಿರವಾದ ಶಾಂತಿ ಈ ಪ್ರದೇಶದಲ್ಲಿ ನೆಲೆಸಲು ಸಾಧ್ಯ. ವಿಶ್ವಸಂಸ್ಥೆಯ 1947ರ ನಿರ್ಣಯ 181 ಮತ್ತು 1967ರ ನಿರ್ಣಯ 242ರ ಪೂರ್ಣ ಜಾರಿಯೊಂದೇ ಇದಕ್ಕೆ ಸರ್ವಸಮ್ಮತ ಪರಿಹಾರ.

ಭಾರತ ಸರ್ಕಾರ ಪ್ಯಾಲೇಸ್ತೀನ್ ಜನತೆಯ ಸಮಸ್ಯೆಗಳಿಗೆ ನಕಾರಾತ್ಮಕವಾಗಿ ಸ್ಪಂದಿಸುವಂತೆ ಹಾಗೂ ಈಗ ಇಸ್ರೇಲ್‌ನೊಂದಿಗೆ ಮಾಡಿಕೊಂಡಿರುವ ನಾಚಿಕೆಗೇಡಿನ ಒಪ್ಪಂದಗಳನ್ನು ಮುರಿಯುವಂತೆ ಮಾಡಲು ದೇಶದ ಜನತೆ, ಪ್ಯಾಲೇಸ್ತೀನ್ ಜನತೆಯ ವಿಮೋಚನೆಗಾಗಿ ಎಡ ಮತ್ತು ಪ್ರಜಾಸತ್ತಾತ್ಮಕ ಶಕ್ತಿಗಳು ನಡೆಸುವ ಹೋರಾಟಗಳಲ್ಲಿ ಸಕ್ರಿಯವಾಗಿ ಭಾಗವಹಿಸುವುದು ಅವಶ್ಯವಿದೆ. ನೊಂದ ಜನರ ಕಣ್ಣೀರು ಅಳಿಸಲು ಹಾಗೂ ಶೋಷಕರ ಶೋಷಣೆಯಿಂದ ಜನರನ್ನು ಮುಕ್ತಗೊಳಿಸಲು ಎಲ್ಲರೂ ಸಹಾಯ, ಸಹಕಾರ ನೀಡುವುದು ಇಂದಿನ ಅಗತ್ಯದ ಕೆಲಸವಾಗಿದೆ. ಸಕಾಲದಲ್ಲಿ ಸಹಾಯ, ಬೆಂಬಲ ಸಿಗದಿದ್ದಲ್ಲಿ ಜಗತ್ತಿನ ಭೂಪಟದಿಂದ ಪ್ಯಾಲೇಸ್ತೀನ್ ಪ್ರದೇಶ ಶಾಶ್ವತವಾಗಿ ಮಾಯವಾಗುವುದರಲ್ಲಿ ಸಂಶಯವಿಲ್ಲ. ಆದ್ದರಿಂದ ದೇಶದ ಎಲ್ಲಾ ಎಡ ಮತ್ತು ಪ್ರಜಾಸತ್ತಾತ್ಮಕ ಒಲವಿನ ಜನತೆ, ಸಂಘಟನೆ, ರಾಜಕೀಯ ಪಕ್ಷ, ಪತ್ರಕರ್ತರು, ಲೇಖಕರು ಹಾಗೂ ಚಿಂತಕರು ಈ ದಿಸೆಯಲ್ಲಿ ಒಂದು ದಿಟ್ಟ ಹೆಜ್ಜೆ ಹಾಕಬೇಕಿದೆ.

ಪ್ಯಾಲೇಸ್ಟೀನ್ ಪ್ರಶ್ನೆ

ಅನುಬಂಧಗಳು

ಅನುಬಂಧ-1

ಪ್ಯಾಲೇಸ್ತೀನ್ ಪ್ರಶ್ನೆ – ಸಂಕ್ಷಿಪ್ತ ಇತಿಹಾಸ

ಜಗತ್ತಿನ ಯಾವ ಮೂಲೆಯಲ್ಲೂ ಹುಟ್ಟಿದ ಯಹೂದಿ ಇಸ್ರೇಲಿ ನಾಗರಿಕರಾಗಲು ಅರ್ಹನಾಗುವುದಾದರೆ, ಜಿಯೋನಿಸ್ಟರು ಹೊರದಬ್ಬಿದ ಎಲ್ಲಾ ಪ್ಯಾಲೆಸ್ತೀನಿಯರಿಗೂ ಅದೇ ಹಕ್ಕು ಇರಬೇಕು. ಬಹಳ ಸರಳ ಮಾತು.

– ತಾರೀಕ್ ಅಲಿ, ಎಡ ಚಿಂತಕ-ಲೇಖಕ

ಪ್ಯಾಲೆಸ್ತೀನ್ ಪ್ರಶ್ನೆ ಮಧ್ಯಪ್ರಾಚ್ಯದ ಅರಬ್ ಪ್ರದೇಶದಲ್ಲಿ ವಿವಿಧ ಸಾಮ್ರಾಜ್ಯಗಳ, ವಸಾಹತುಶಾಹಿಗಳ ನಡುವೆ ತಿಕ್ಕಾಟ-ರಾಜಿಗಳ, ಸಾಮ್ರಾಜ್ಯಶಾಹಿಗಳ, ಸೂಪರ್ ಪವರ್‌ಗಳ ನಡುವೆ ಪೈಪೋಟಿ ಜತೆ ಹೆಣೆದುಕೊಂಡಿದೆ. ಇದು ಮೂರು ಪ್ರಮುಖ ಹಂತಗಳ (1967ರ ವರೆಗೆ, 1967-1993, 1993ರಿಂದ ಈ ವರೆಗೆ) ಮೂಲಕ ಹಾದು ಬಂದು ಬಗೆಹರಿಯದ ಪ್ರಶ್ನೆಯಾಗಿ ಉಳಿದಿದೆ.

ಮೊದಲ ಹಂತ – 1967 ವರೆಗೆ

ಮೊದಲ ಹಂತ ಸುಮಾರು 1916ರಿಂದ (ಮೊದಲ ಮಹಾಯುದ್ಧದ ಕಾಲದಿಂದ) 1967ರ ಇಸ್ರೇಲಿ-ಅರಬ್ ಯುದ್ಧದ ವರೆಗೆ ಬರುತ್ತದೆ. ಈ ಹಂತದಲ್ಲಿ ಜಗತ್ತಿನಾದ್ಯಂತ ಪ್ರಮುಖವಾಗಿ ಯುರೋಪಿನಿನಿಂದ ಯಹೂದಿಗಳು ಪ್ಯಾಲೆಸ್ತೀನ್‌ಗೆ ಬಂದು ವಸತಿ ಹೂಡಲು ಆರಂಭಿಸಿದರು. ಜಿಯೋನಿಸ್ಟ್ ಚಳುವಳಿ ಆರಂಭವಾಗಿ ಉಗ್ರಗಾಮಿ ರೂಪ ತಳೆದು ಸ್ಥಳೀಯ ಪ್ಯಾಲೆಸ್ತೀನ್ನರೊಂದಿಗೆ ಘರ್ಷಣೆ ಆಯಿತು. ಇದು 1947ರಲ್ಲಿ ವಿಶ್ವಸಂಸ್ಥೆಯ ಅನ್ಯಾಯಯುತ ವಿಭಜನೆ ಯೋಜನೆ, 1948ರ ಅಂತರ್ಯುದ್ಧ, ಇಸ್ರೇಲಿ ಪ್ರಭುತ್ವದ ವಿರುದ್ಧ 1967ರಲ್ಲಿ ಯುದ್ಧ ಮತ್ತು ಇಡೀ ಪ್ಯಾಲೆಸ್ತೀನ್ ಪ್ರದೇಶವನ್ನು ಇಸ್ರೇಲ್ ಆಕ್ರಮಿಸಿಕೊಳ್ಳುವುದರೊಂದಿಗೆ ಕೊನೆಯಾಯಿತು. ಇದು ಈಜಿಪ್ಟಿನ ನಾಸೆರ್, ಅರಾಫತ್‌ರಿಂದ ಆರಂಭಿಸಿ ಹೆಚ್ಚಿನ ದೇಶಗಳಲ್ಲಿ ಸಾಮ್ರಾಜ್ಯಶಾಹಿ-ವಿರೋಧಿ, ಸೆಕ್ಯುಲರ್, ಅರಬ್ ರಾಷ್ಟ್ರೀಯವಾದಿ ಸರಕಾರಗಳು ಇದ್ದ ಹಂತ ಕೂಡಾ. ಈ ಹಂತದಲ್ಲಿ ದಕ್ಷಿಣ ಆಫ್ರಿಕಾದ ವರ್ಣಬೇಧ ಸರಕಾರದಂತೆ, ಇಸ್ರೇಲಿ ಸರಕಾರ ಮತ್ತು ಅಂತರ್ರಾಷ್ಟ್ರೀಯ ಬಹಿಷ್ಕಾರಕ್ಕೆ ಒಳಗಾಗಿತ್ತು. ಭಾರತ ಸೇರಿದಂತೆ ಹಲವಾರು ದೇಶಗಳು ಇಸ್ರೇಲ್ ದೇಶವನ್ನು ಮಾನ್ಯ ಸಹ ಮಾಡಿರಲಿಲ್ಲ. ಮೊದಲ ಹಂತದ ಪ್ರಮುಖ ಮೈಲಿಗಲ್ಲುಗಳು:

ಮೊದಲ ಮಹಾಯುದ್ಧಕ್ಕೆ ಮುನ್ನ: ಒಟೋಮನ್ ಸಾಮ್ರಾಜ್ಯದ ಭಾಗ
ಮೊದಲ ಮಹಾಯುದ್ಧದ ಸಮಯದಲ್ಲಿ – ಬ್ರಿಟಿಶರಿಂದ ಅರಬರಿಗೂ, ಜಿಯೋನಿಸ್ಟರಿಗೂ (ಬಾಲ್‌ಫೋರ್ ಘೋಷಣೆ – 1917) ಪೊಳ್ಳು ಭರವಸೆಗಳು; ಸಾಮ್ರಾಜ್ಯಶಾಹಿಗಳ ನಡುವೆ ರಹಸ್ಯ (1916ರ ಸೈಕ್ಸ್-ಪಿಕೊಟ್) ಒಪ್ಪಂದ;
1917-1948 : ಲೀಗ್ ಆಫ್ ನೇಶನ್ಸ್ ಮಧ್ಯಸ್ತಿಕೆಯಿಂದ ಬಂದ ಬ್ರಿಟಿಷ್ ಮ್ಯಾನ್‌ಡೇಟ್ (ಆಡಳಿತಾಧಿಕಾರ)

1933: ಹಿಟ್ಲರ್ ಅಧಿಕಾರಕ್ಕೆ ಬಂದ ನಂತರ ಯಹೂದಿಗಳ ವಲಸೆ ಮತ್ತು ವಸತಿ ವಿಪರೀತ ಏರಿಕೆ

1936–39 : ಬ್ರಿಟಷ್ ಆಡಳಿತ ಮತ್ತು ಯಹೂದಿಗಳ ವಲಸೆ ಮತ್ತು ವಸತಿ ವಿರುದ್ಧ ಅರಬ್ ದಂಗೆಗಳು

1948 : ವಿಶ್ವಸಂಸ್ಥೆಯ 'ಎರಡು ದೇಶಗಳ ಪರಿಹಾರ' (ಆಗ ಕೇವಲ ಶೇ.30 ರಷ್ಟಿದ್ದ ಮತ್ತು ಶೇ. 7 ಮಾತ್ರ ಭೂಮಿ ಹೊಂದಿದ್ದ) ಜಿಯೋನಿಸ್ಟ ಯೆಹೂದಿಯರ ಹೊಸ ದೇಶಕ್ಕೆ ಪ್ಯಾಲೆಸ್ಪೆನ್ನಿನ ಶೇ. 55 ಭೂಮಿ ಕೊಡಲು ಪ್ರಸ್ತಾವ; ಪ್ಯಾಲೆಸ್ಪೆನ್ನರ ಮತ್ತು ಅರಬ್ ದೇಶಗಳ ವಿರೋಧ

ಮೇ 15, 1948 – ಜಿಯೋನಿಸ್ಟ ಯಹೂದಿಯರ ಹೊಸ ದೇಶ ಇಸ್ರೇಲಿನ ಘೋಷಣೆ

1948 : ನಕ್ಬಾ (ಮಹಾಪ್ರಕೋಪ) ಮೊದಲ ಇಸ್ರೇಲಿ–ಅರಬ್ ಯುದ್ಧದಲ್ಲಿ 532 ಹಳ್ಳಿಗಳ ಪೂರ್ಣ ನಾಶ, 7.5 ಲಕ್ಷ ಪ್ಯಾಲೆಸ್ಪೆನ್ನರು ದೇಶಾಂತರ ಹೋಗಿ ನಿರಾಶ್ರಿತರಾದರು. 35ಸಾವಿರ ಇಸ್ರೇಲ್ ಒಳಗೆ ಆಂತರಿಕ ನಿರಾಶ್ರಿತರಾದರು.

1949 : ಕದನ ವಿರಾಮ ಒಪ್ಪಂದದ ಫಲವಾಗಿ ಇಸ್ರೇಲ್ ವಶದಲ್ಲಿ ಶೇ.78 ಭೂಪ್ರದೇಶ

1964 : ಪಿ.ಎಲ್.ಒ. (ಪ್ಯಾಲೆಸ್ಪೆನ್ ವಿಮೋಚನಾ ಸಂಘಟನೆ) ಸ್ಥಾಪನೆ;

1964–1971 : ಜೋರ್ಡಾನಿನ ನೆಲೆಗಳಿಂದ ಇಸ್ರೇಲ್ ವಿರುದ್ಧ ಪಿ.ಎಲ್.ಒ. ಸಶಸ್ತ್ರ ವಿಮೋಚನಾ ಗೆರಿಲ್ಲಾ ಹೋರಾಟ; ಇಸ್ರೇಲ್ ವಿರುದ್ಧ ದೇಶದೊಳಗೂ ಹೊರಗೂ ಗೆರಿಲ್ಲಾ ದಾಳಿಗಳು; 1971ರಲ್ಲಿ 'ಬ್ಲಾಕ್ ಸೆಪ್ಟೆಂಬರ್' ಪ್ರಕರಣ ನಂತರ ಜೋರ್ಡಾನಿನಿಂದ ಪಿ.ಎಲ್.ಒ. ಉಚ್ಚಾಟನೆ; ಲೆಬನಾನಿನಿಂದ ಹೋರಾಟ ಮುಂದುವರಿಕೆ

1967 ಜೂನ್ : ಎರಡನೇ ಅರಬ್–ಇಸ್ರೇಲಿ ಯುದ್ಧ: ಇಡೀ ಪ್ಯಾಲೆಸ್ತೀನ್ ಮತ್ತು ಈಜಿಪ್ಟಿನ ಸಿನಾಯ್ ಮತ್ತು ಸಿರಿಯಾದ ಗೋಲನ್ ಶಿಖರ ಇಸ್ರೇಲ್ ವಶ; 4 ಲಕ್ಷ ಪ್ಯಾಲೆಸ್ಪೆನ್ನಿನರು ನಿರಾಶ್ರಿತರಾದರು; ಅರಾಫತ್ ನಾಯಕತ್ವದ ಪಿ.ಎಲ್.ಒ. ಮುನ್ನೆಲೆಗೆ

ಎರಡನೇ ಹಂತ – 1967–1993

ಎರಡನೇ ಹಂತ ಇಸ್ರೇಲಿನ ಜಿಯೋನಿಸ್ಟ್ ಪ್ರಭುತ್ವದ ವಿರುದ್ಧ ಪಿ.ಎಲ್.ಒ.ದ ನಾಯಕತ್ವದಲ್ಲಿ ಪ್ಯಾಲೆಸ್ತೀನಿ ಸಶಸ್ತ್ರ ಸ್ವಾತಂತ್ರ್ಯ ಹೋರಾಟದ ಹಂತ. ಈ ಹಂತದಲ್ಲಿ ಪ್ಯಾಲೆಸ್ತೀನಿ ಹೋರಾಟಕ್ಕೆ ಅರಬ್ ದೇಶಗಳ ಜನತೆ ಮತ್ತು ಸರಕಾರಗಳ ಬೆಂಬಲ ಇತ್ತು. ಪಿ.ಎಲ್.ಒ. ಅರಬ್ ದೇಶಗಳಿಂದ ತನ್ನ ಕಾರ್ಯಾಚರಣೆಗಳನ್ನು ನಡೆಸುತ್ತಿತ್ತು. ಪಿ.ಎಲ್.ಒ.ಗೆ ಸೋವಿಯೆತ್ ಒಕ್ಕೂಟ ಮತ್ತು ಇತರ ಸಮಾಜವಾದಿ ಬಣದ ದೃಢ ಬೆಂಬಲ ಇತ್ತು. ಸೋವಿಯೆತ್ ಒಕ್ಕೂಟ ಮತ್ತು ಸಮಾಜವಾದಿ ಬಣ, ಅಲಿಪ್ತ ದೇಶಗಳ ಕೂಟ ಪಿ.ಎಲ್.ಒ.ಗೆ ವಿಶ್ವಸಂಸ್ಥೆ ಸೇರಿದಂತೆ ಅಂತರ್ರಾಷ್ಟ್ರೀಯ ವೇದಿಕೆಗಳಲ್ಲಿ ರಾಜಕೀಯ ಬೆಂಬಲ ನೀಡುತ್ತಿದ್ದವು. ಸೋವಿಯೆತ್ ಒಕ್ಕೂಟ ಪಿ.ಎಲ್.ಒ.ಗೆ ಆರ್ಥಿಕ, ಮಿಲಿಟರಿ ಬೆಂಬಲ ಮತ್ತು ತರಬೇತಿ ಸಹ ನೀಡುತ್ತಿತ್ತು. ಆದರೆ ಈ ಹಂತದಲ್ಲಿ ಮೊದ ಮೊದಲಿಗೆ ಪ್ಯಾಲೆಸ್ತೀನಿ ಸ್ವಾತಂತ್ರ್ಯ

ಹೋರಾಟದ ಬಗ್ಗೆ ನೆರೆಯ ಅರಬ್ ದೇಶಗಳಲ್ಲಿ ಇದ್ದ ಕಳಕಳಿ, ಸೌಹಾರ್ದ ಭಾವನೆ ಕಡಿಮೆಯಾಗುತ್ತಾ ಬಂದ ಹಂತ ಕೂಡಾ. ಇದಕ್ಕೆ ಕಾರಣ ಈ ದೇಶಗಳ ಸರಕಾರದಲ್ಲಿ ಹಾಗೂ ರಾಜಕೀಯ ನಾಯಕತ್ವದಲ್ಲಿ ಸಾಮ್ರಾಜ್ಯಶಾಹಿ–ವಿರೋಧಿ, ಸೆಕ್ಯುಲರ್, ಅರಬ್ ರಾಷ್ಟ್ರೀಯವಾದಿ ಶಕ್ತಿಗಳು ದುರ್ಬಲವಾದದ್ದು ಅಥವಾ ಅವು ಬದಲಾದದ್ದು. 1978ರಲ್ಲಿ ಈಜಿಪ್ಟ್ ಮಾಡಿಕೊಂಡ ಕ್ಯಾಂಪ್ ಡೇವಿಡ್ ಒಪ್ಪಂದದಿಂದ ಮೊದಲುಗೊಂಡು ಅರಬ್ ಸರಕಾರಗಳು ಒಂದೊಂದಾಗಿ ಅಮೆರಿಕನ್ ಸರಕಾರದ ಆಮಿಷ, ಕೈತಿರುಚುವಿಕೆ, ಬೆದರಿಕೆಗೆ ಬಲಿಯಾಗಿ ಇಸ್ರೇಲ್ ಜತೆ ರಾಜಿಯಾಗಲು ಆರಂಭಿಸಿದವು. ಈ ಹಂತದ ಆರಂಭದಲ್ಲಿ 1980ರ ದಶಕದ ಆರಂಭದವರೆಗೆ ಪಿ.ಎಲ್.ಒ.ದ ಸಶಸ್ತ್ರ ಗೆರಿಲ್ಲಾ ಹೋರಾಟ ಪರಿಣಾಮಕಾರಿಯಾಗಿದ್ದು, ಈ ಹಂತದ ಉದ್ದಕ್ಕೂ ಮುಂದುವರೆಯಿತು. ಆದರೆ ವಿದೇಶೀ ಬೆಂಬಲ ಕಡಿಮೆಯಾಗಿದ್ದರಿಂದ ಮತ್ತು ಇಸ್ರೇಲಿ ಮಿಲಿಟರಿ ಅಮೆರಿಕದ ನೆರವಿನಿಂದ ಅಗಾಧವಾಗಿ ಹೆಚ್ಚಿದ್ದರಿಂದ ಗೆರಿಲ್ಲಾ ಹೋರಾಟ 1980ರ ದಶಕದ ಉತ್ತರಾರ್ಧದಲ್ಲಿ ಬಲಹೀನವಾಗುತ್ತಾ ಬಂತು. ಆದರೆ ಈ ಹಂತ 'ಇಂತಿಫದಾ' ಎಂಬ ವ್ಯಾಪಕ ಪಾಲ್ಗೊಳ್ಳುವಿಕೆ ಮತ್ತು ಜನಬೆಂಬಲ ಪಡೆದ ಹೊಸ ಪ್ರತಿರೋಧದೊಂದಿಗೆ ಕೊನೆಗೊಂಡಿತು. ಕೊಲ್ಲಿ ಯುದ್ಧದಲ್ಲಿ ತಟಸ್ಥ ನೀತಿ, ಮಧ್ಯ ಪ್ರಾಚ್ಯದ ಬಗ್ಗೆ ಗೋರ್ಬಚೇವ್ ನಾಯಕತ್ವದಲ್ಲಿ ಸೋವಿಯೆಟ್ ಒಕ್ಕೂಟದ ನಿಲುವು ಬದಲು ಮತ್ತು ಕೊನೆಗೆ ಕುಸಿತ, ಹಾಗೂ ಬದಲಾದ ಅಂತರ್ರಾಷ್ಟ್ರೀಯ ಪರಿಸ್ಥಿತಿಯಲ್ಲಿ ಪಿ.ಎಲ್.ಒ ಇಸ್ರೇಲ್ ಜತೆಗೆ ರಹಸ್ಯ ಮಾತುಕತೆ ಆರಂಭಿಸಿತು. ಆದರೆ ಕೊನೆಗೂ ಇಂತಿಫದಾದ ಒತ್ತಡದಿಂದಲೇ 1993ರ ಒಸ್ಲೊ ಒಪ್ಪಂದ ಸಾಧ್ಯವಾಯಿತು. ಎರಡನೇ ಹಂತದ ಪ್ರಮುಖ ಮೈಲಿಗಲ್ಲುಗಳು:

1971–82: ಇಸ್ರೇಲ್ ವಿರುದ್ಧ ಪಿ.ಎಲ್.ಒ. ಸಶಸ್ತ್ರ ವಿಮೋಚನಾ ಗೆರಿಲ್ಲಾ ಹೋರಾಟ ಲೆಬನಾನಿನಿಂದ ಮುಂದುವರಿಕೆ; ಲೆಬನಾನಿನನಲ್ಲಿ ಆಂತರಿಕ ಕಲಹದಲ್ಲಿ ಭಾಗವಹಿಸುವಿಕೆ; ಕ್ರಿಶ್ಚಿಯನ್ ಗೆರಿಲ್ಲಾಗಳೊಂದಿಗೆ ಸೇರಿ ಲೆಬನಾನ್ ಮೇಲೆ ಇಸ್ರೇಲ್ ದಾಳಿ; ಅರಾಫತ್ ರಿಂದ 10 ಅಂಶಗಳ ಶಾಂತಿ ಮಾತುಕತೆಗಳ ಪ್ರಸ್ತಾವ; ಹಲವು ಪಿ.ಎಲ್.ಒ. ಮತ್ತು ಇಸ್ಲಾಮ್ ಗುಂಪುಗಳಿಂದ ತೀವ್ರ ವಿರೋಧ; 1982ರಲ್ಲಿ ಲೆಬನಾನ್ ನಿಂದ ಪಿ.ಎಲ್.ಒ. ಉಚ್ಚಾಟನೆ; ಟುನಿಶಿಯಾಕ್ಕೆ ಪಿ.ಎಲ್.ಒ. ಪಡೆಗಳ ನಿರ್ಗಮನ

1973 ಅಕ್ಟೋಬರ್ : ಈಜಿಪ್ಟ್, ಸಿರಿಯಾಗಳಿಂದ ಯುದ್ಧ; ಅಮೆರಿಕದ ಮಧ್ಯಸ್ತಿಕೆಯಿಂದ ಕದನ ವಿರಾಮ

1974: ಪಿ.ಎಲ್.ಒ. ಗೆ ವಿಶ್ವಸಂಸ್ಥೆಯಲ್ಲಿ ವೀಕ್ಷಕ ಸ್ಥಾನ;

1978 ಸೆಪ್ಟೆಂಬರ್: ಅರಬ್ ಐಕ್ಯತೆ ಮುರಿದು ಇಸ್ರೇಲ್ ಜತೆ ಈಜಿಪ್ಟ್ ನ ಕ್ಯಾಂಪ್ ಡೇವಿಡ್ ಒಪ್ಪಂದ; ಪ್ಯಾಲೆಸ್ಟೈನ್ನರಿಗೆ ಸ್ಥಳೀಯ ಆಡಳಿತ ಮಾತ್ರ ಕೊಡುವ ಒಪ್ಪಂದಕ್ಕೆ ಅರಬ್–ಪ್ಯಾಲೆಸ್ಟೀನ್ನರ ತಿರಸ್ಕಾರ;

1982–93: ಟುನಿಶಿಯಾದ ಅವಧಿಯಲ್ಲಿ ಪಿ.ಎಲ್.ಒ. ಸಂಘಟನೆಯ ಬಲ ಆಂತರಿಕ ಮತ್ತು ಪ್ರತಿಕೂಲ ಅಂತರ್ರಾಷ್ಟ್ರೀಯ ಬೆಳವಣಿಗೆಗಳಿಂದಾಗಿ ಕುಂದಿತು;

1991ರಿಂದ ಇಸ್ರೇಲ್ ಜತೆ 1993ರ ಒಸ್ಲೊ ಒಪ್ಪಂದದಲ್ಲಿ ಅಂತ್ಯವಾದ ರಹಸ್ಯ ಶಾಂತಿ ಮಾತುಕತೆ ಆರಂಭ;

1987–1993 ಮೊದಲ ಇಂತಿಫದಾ – ಇಸ್ರೇಲಿನ ಆಕ್ರಮಿತ ಪ್ರದೇಶಗಳಲ್ಲಿ

ಸಾಮೂಹಿಕ ದಂಗೆಗಳು; ಅಂತರ್ರಾಷ್ಟ್ರೀಯ ಗಮನ ಸೆಳೆದ ಹೋರಾಟ; 200ಕ್ಕೂ ಹೆಚ್ಚು ಮಕ್ಕಳು ಸೇರಿದಂತೆ ಸಾವಿರಕ್ಕೂ ಹೆಚ್ಚು ನಾಗರಿಕರ ಕಗ್ಗೊಲೆಗಳನ್ನು ಒಳಗೊಂಡ ಇಸ್ರೇಲ್ ಮಿಲಿಟರಿಯ ಭೀಕರ ಕ್ರೌರ್ಯದಿಂದ ಮತ್ತು ಈ ಅವಧಿಯ ಕೊನೆಯಲ್ಲಿ ಹುಟ್ಟಿ ಬೆಳೆದ ಇಸ್ಲಾಮಿಕ್ ಉಗ್ರವಾದಿ ಮತ್ತು ಸೆಕ್ಯುಲರ್ ಪಿ.ಎಲ್.ಒ.ದ 4 ಪ್ರಮುಖ ಪಕ್ಷಗಳ ಕಾರ್ಯಕರ್ತರ ನಡುವೆ ಕೊಲೆ–ಹಿಂಸಾಚಾರ–ಅನೈಕ್ಯತೆಗಳಿಂದ ಸೋತ ಹೋರಾಟ

1988: ಪ್ಯಾಲೆಸ್ತೀನ್ ಸ್ವಾತಂತ್ರ್ಯ ಘೋಷಣೆ – ವಿಶ್ವಸಂಸ್ಥೆಯ 1947ರ ನಿರ್ಣಯದ ಅನುಸಾರ

1991: ಮಾಡ್ರಿಡ್ ಮಧ್ಯ–ಪ್ರಾಚ್ಯ ಶಾಂತಿ ಸಮ್ಮೇಳನ

1993: ಒಸ್ಲೊ ಒಪ್ಪಂದ

ಮೂರನೇ ಹಂತ (1993 ರಿಂದ ಈಗಿನ ವರೆಗೆ)

ಪ್ಯಾಲೆಸ್ತೀನ್ ಆಶೋತ್ತರಗಳನ್ನು ಈಡೇರಿಸದ ಒಸ್ಲೊ ಒಪ್ಪಂದದೊಂದಿಗೆ ಮೂರನೇ ಹಂತ ಆರಂಭವಾಯಿತು. ಹಲವು ಪ್ಯಾಲೆಸ್ಟೀನ್ ಗುಂಪುಗಳು ಒಪ್ಪಂದವನ್ನು ತಿರಸ್ಕರಿಸಿದರೂ, ಪಿ.ಎಲ್.ಒ. ಹಾಗೂ ಅರಾಫತ್ ಪ್ರಭಾವಿ ನಾಯಕತ್ವದಿಂದ ಶಾಂತಿ ಮತ್ತು ಸ್ವಯಮಾಡಳಿತದ ಸ್ಥಾಪನೆಯ ಆಸೆ ಇನ್ನೂ ಉಳಿದಿತ್ತು. ಆದರೆ ಒಪ್ಪಂದದ ಮುಖ್ಯ ಭಾಗವಾದ ಆಕ್ರಮಿತ ಪ್ಯಾಲೆಸ್ತೀನ್ (ಗಾಜಾ ಪಟ್ಟಿ ಮತ್ತು ಪಶ್ಚಿಮ ದಂಡೆ) ಪ್ರದೇಶಗಳಿಂದ ಯಹೂದಿ ವಸತಿಗಳನ್ನು ತೆರವು ಮಾಡುವ ಹಾಗೂ ಹೊಸ ವಸತಿಗಳನ್ನು ಸ್ಥಾಪಿಸದಿರುವ ಅಂಶ ಜಾರಿಯಾಗಲೇ ಇಲ್ಲ. ಬದಲಾಗಿ ಮಿಲಿಟರಿ ಪ್ರತ್ಯಕ್ಷ–ಪರೋಕ್ಷ ಬೆಂಬಲದೊಂದಿಗೆ ಹೊಸ ಯಹೂದಿ ವಲಸೆಗಾರರ ವಸತಿ ಇನ್ನೂ ಹೆಚ್ಚಿನ ರಭಸದಿಂದ ಆರಂಭವಾಯಿತು. ಪ್ಯಾಲೆಸ್ತೀನ್ ಪ್ರದೇಶಗಳಲ್ಲಿ ಅಧಿಕಾರ ವಹಿಸಿಕೊಂಡ ಪ್ರಾಧಿಕಾರ ನಾಮ–ಕಾ–ವಾಸ್ತೆ ಸರಕಾರವಾಗಿತ್ತು. ಪ್ಯಾಲೆಸ್ತೀನ್ ಜನತೆಯ ದೈನಂದನ ಬವಣೆ ಏನೂ ಕಡಿಮೆಯಾಗಿಲ್ಲ. ಈ ಹಂತದಲ್ಲಿ ಅಂತರ್ರಾಷ್ಟ್ರೀಯ ಪರಿಸ್ಥಿತಿಯ ಬದಲಾವಣೆಯಿಂದಾಗಿ, ಮಧ್ಯ ಪ್ರಾಚ್ಯದಲ್ಲಿ ಅಮೆರಿಕದ ಆಕ್ರಾಮಕ ನೀತಿಯಿಂದಾಗಿ ಇಸ್ರೇಲಿ ಹಠಮಾರಿತನ ಉದ್ಧಟತನ ಇನ್ನಷ್ಟೂ ಭೀಕರವಾಯಿತು. ಇದರ ವಿರುದ್ಧ ಎರಡನೇ ಇಂತಿಫದಾ ಭುಗಿಲೆದ್ದಿತು. ಈ ಹಂತ ಪ್ಯಾಲೆಸ್ತೀನ್ ಜನತೆಯ ರಾಜಕೀಯ ನಾಯಕತ್ವಕ್ಕಾಗಿ ಸೆಕ್ಯುಲರ್ ಎಡ–ರಾಷ್ಟ್ರೀಯವಾದಿ ಮತ್ತು ಇಸ್ಲಾಮಿಕ್ ಉಗ್ರಗಾಮಿ ಶಕ್ತಿಗಳ ನಡುವೆ ತೀವ್ರ ಪೈಪೋಟಿ ಕಾದಾಟ, ಕೊನೆಗೂ ಇಸ್ಲಾಮಿಕ್ ಉಗ್ರಗಾಮಿಗಳ ಕೈಮೇಲಾದ ಅವಧಿ. ಪ್ರತಿರೋಧ ಪ್ರಮುಖವಾಗಿ ಗಾಜಾ ಪಟ್ಟಿಯಿಂದ ಹಾಮಾಸ್ ಇಸ್ಲಾಮಿಕ್ ನಾಯಕತ್ವದಲ್ಲಿ ಬಂತು. ಇದರ ವಿರುದ್ಧ ಗಾಜಾ ಪಟ್ಟಿಯ ದಿಗ್ಬಂಧನ, ತೀವ್ರ ವಿಮಾನ ದಾಳಿಯ ಮೂಲಕ ಆಗಾಗ ನಾಲ್ಕು ಪ್ರಮುಖ ನರಮೇಧಗಳನ್ನು ಸಂಘಟಿಸಿತು. ಅವುಗಳಲ್ಲಿ 2014ರ ನರಮೇಧ ಅತ್ಯಂತ ಭೀಕರವಾಗಿತ್ತು. ಈ ಹಂತದ ಇಸ್ರೇಲಿ ಬರ್ಬರತೆಯ ಪ್ರತೀಕ ಇಸ್ರೇಲಿ ಗೋಡೆ. ಇಸ್ರೇಲಿನ ಈ ಬರ್ಬರತೆಗಳ ವಿರುದ್ಧ ಹೋರಾಟ ಪುನಃ ಭುಗಿಲೆದ್ದಿದ್ದು ಇನ್ನೊಂದು ಇಂತಿಫದಾ ಆರಂಭವಾಗಿದೆ ಎನ್ನಲಾಗುತ್ತಿದೆ. ಮೂರನೇ ಹಂತದ ಪ್ರಮುಖ ಮೈಲಿಗಲ್ಲುಗಳು:

2000–2005 : ಎರಡನೇ ಇಂತಿಫದಾ 3 ಸಾವಿರ ಪ್ಯಾಲೆಸ್ಟಿನ್ನರು, 1 ಸಾವಿರ ಇಸ್ರೇಲಿಗಳು, 64 ವಿದೇಶಿಯರ ಸಾವು; ಪ್ಯಾಲೆಸ್ಟಿನ್ನರಿಂದ

ಆತ್ಮಾಹುತಿ ದಾಳಿಗಳು, ಇಸ್ರೇಲಿನ ಭೀಕರ ಮಿಲಿಟರಿ ದಾಳಿಗಳು

2000: ಕ್ಯಾಂಪ್ ಡೇವಿಡ್ ಶೃಂಗ ಸಭೆ

2002: ಅರಬ್ ಲೀಗ್ ಬೈರೂತ್ ಶೃಂಗ ಸಭೆ

2006 :ಇಸ್ರೇಲ್ ಗಾಜಾ ಪಟ್ಟಿಯಿಂದ ಕಾಲ್ತೆಗೆಯಿತು; ಪಶ್ಚಿಮ ದಂಡೆಯ ಸುತ್ತ ಭದ್ರತಾ ಗೋಡೆಯ ನಿರ್ಮಾಣ ಆರಂಭ; ಗಾಜಾ ಪಟ್ಟಿಯಲ್ಲಿ ಉಗ್ರ ಇಸ್ಲಾಮಿಕ್ ಹಾಮಾಸ್ ಚುನಾವಣಾ ವಿಜಯ;

2007–8: ಫತಾ ಮತ್ತು ಹಾಮಾಸ್ ನಡುವೆ ಮಿಲಿಟರಿ ಘರ್ಷಣೆ; ಗಾಜಾದಿಂದ ಫತಾ ಪಡೆಗಳ ಉಚ್ಚಾಟನೆ; ಗಾಜಾ ಪ್ರತ್ಯೇಕತೆಯ ಘೋಷಣೆ; ಫತಾ ಸರಕಾರ ಪಶ್ಚಿಮ ದಂಡೆಗೆ ಸೀಮಿತ; ಇಸ್ರೇಲ್ ಮತ್ತು ಹಾಮಾಸ್ ನಡುವೆ ಘರ್ಷಣೆ; ಇಸ್ರೇಲ್ ನಿಂದ ಗಾಜಾ ಪಟ್ಟಿಯ ದಿಗ್ಬಂಧನ;

2006–8: ಪ್ಯಾಲೆಸ್ಟೀನ್–ಇಸ್ರೇಲ್ ಪ್ರಧಾನಿ ಮಾತುಕತೆಗಳು

2008: ಗಾಜಾ ಮೇಲೆ ಇಸ್ರೇಲಿ ದಾಳಿ 'ಆಪರೇಶನ್ ಹಾಟ್ ವಿಂಟರ್'; ಕದನ ವಿರಾಮ

2008–9:ಗಾಜಾ ಮೇಲೆ ಪುನಃ ಇಸ್ರೇಲಿ ದಾಳಿ; 'ಆಪರೇಶನ್ ಕಾಸ್ಟ್ ಲೆಡ್'; 23 ದಿನಗಳ ದಾಳಿಯಲ್ಲಿ 1300 ಪ್ಯಾಲೆಸ್ತೀನ್ನರ ಸಾವು, 10 ಸಾವಿರಕ್ಕೂ ಹೆಚ್ಚು ತೀವ್ರವಾಗಿ ಗಾಯಗೊಂಡವರು;

2012: ಗಾಜಾ ಮೇಲೆ ಮತ್ತೆ ಇಸ್ರೇಲಿ ದಾಳಿ; 'ಆಪರೇಶನ್ ಪಿಲ್ಲರ್ ಆಫ್ ಡಿಫೆನ್ಸ್'

2012: ಪ್ಯಾಲೆಸ್ಟೈನಿಗೆ ವಿಶ್ವಸಂಸ್ಥೆಯಲ್ಲಿ 'ಸದಸ್ಯತ್ವ ಇಲ್ಲದ ವೀಕ್ಷಕ ದೇಶ' ಸ್ಥಾನ

2014: ಗಾಜಾ ಮೇಲೆ ಮತ್ತೆ 53 ದಿನಗಳ ಸತತ ಇಸ್ರೇಲಿ ದಾಳಿ; "ಆಪರೇಶನ್ ಪ್ರೊಟೆಕ್ಟಿವ್ ಎಜ್'; ಗಾಜಾದ ಮೇಲೆ 52 ಸಾವಿರ ಶೆಲ್ಲುಗಳ ದಾಳಿ; 2145 ಪ್ಯಾಲೆಸ್ತೀನ್ನರ ಸಾವು, 10 ಸಾವಿರಕ್ಕೂ ಹೆಚ್ಚು ತೀವ್ರವಾಗಿ ಗಾಯಗೊಂಡವರು; ಶೇ. 30 ಶಾಲೆಗಳ, 17 ಆಸ್ಪತ್ರೆ 50 ಕ್ಲಿನಿಕ್‌ಗಳ ನಾಶ;

2014: ಅಬ್ಬಾಸ್ ಶಾಂತಿ ಯೋಜನೆ

2015: ಮೂರನೇ ನಿಶ್ಶಬ್ದ ಇಂತಿಫದಾ ಆರಂಭವಾಗಿದೆ ಎಂದು ಹೇಳಲಾಗುತ್ತಿದೆ.

ಅನುಬಂಧ-2

ಪ್ಯಾಲೆಸ್ತೀನ್ ಶಾಂತಿ ಮಾತುಕತೆಗಳು

ನೀವು ಎಂದೋ ದೌರ್ಜನ್ಯಕ್ಕೆ ಬಲಿಯಾದಿರಿ ಎಂಬ ಒಂದೇ ಕಾರಣಕ್ಕೆ, ಬೇರೆ ಯಾರನ್ನೋ ನೀವು ಬಲಿ ತೆಗೆದುಕೊಳ್ಳುತ್ತಾ ಹೋಗುವುದು ಸೂಕ್ತವಲ್ಲ - ಅದಕ್ಕೊಂದು ಮಿತಿ ಬೇಕು

- ಎಡ್ವರ್ಡ್ ಸೈದ್ - ಅರಬ್ ಚಿಂತಕ, ಲೇಖಕ

ಪ್ಯಾಲೆಸ್ಟೀನ್ ಪ್ರಶ್ನೆಗೆ ಪರಿಹಾರ ಇಲ್ಲವೇ? ಈ ಪ್ರಶ್ನೆ ಜಗತ್ತಿನಲ್ಲಿ ಎಲ್ಲರನ್ನೂ ಕಾಡುವಂತಹ ಪ್ರಶ್ನೆ. ಇದು ಇತರ ದೇಶಗಳಲ್ಲಿ ಇದ್ದಂತೆ ವಿದೇಶಿ ವಸಾಹತುಗಾರರ ವಿರುದ್ಧ ಸ್ಥಳೀಯ ಜನತೆಯ ಹೋರಾಟ ಮಾತ್ರ ಅಲ್ಲ. ಆ ವರೆಗೆ ಆ ಸ್ಥಳಕ್ಕೆ ಯಾವುದೇ ಸಂಬಂಧ ಇಲ್ಲದೆ, ಇದು 'ನಮಗೆ ದೇವರು ಕೊಟ್ಟ ನಾಡು' ಎಂದು ಜಗತ್ತಿನಾದ್ಯಂತ ವಿವಿಧ ದೇಶಗಳಿಂದ ಯಹೂದಿಯರು ಬಂದು ತಮ್ಮ ಹಕ್ಕನ್ನು ಸಾಧಿಸ ಹೊರಟ, ಧರ್ಮದ ಆಧಾರದ ಮೇಲೆ ಒಂದು ದೇಶವನ್ನು ಕೃತಕವಾಗಿ ಕಟ್ಟಲು ಹೊರಟ, ವಿಚಿತ್ರ ವಿಶಿಷ್ಟ ಪರಿಸ್ಥಿತಿ. ಅದರಲ್ಲೂ ಮೊದಲಿಂದಲೂ ಬಲವಂತವಾಗಿ, ತಮ್ಮ ಆರ್ಥಿಕ ಮಿಲಿಟರಿ ಬಲ-ಬೆಂಬಲ ಬಳಸಿ ವಲಸೆ ಬಂದು ನೆಲೆ ನಿಂತವರು. ಮಾತ್ರವಲ್ಲ, ಮೂಲ ನಿವಾಸಿಗಳ ಜತೆ ದೇಶ ಹಂಚಿಕೊಳ್ಳಲು ತಯಾರಿಲ್ಲದೆ, ಅವರನ್ನೇ ಹೊರಗಟ್ಟಲು ಬಲಪ್ರಯೋಗಕ್ಕೆ ಇಳಿದ ವಿಚಿತ್ರ ಸಂದರ್ಭ.

ಇದರಿಂದಾಗಿ ಈ ಪ್ರಶ್ನೆ ಮೊದಲಿಂದಲೂ ಬಹಳ ಸಂಕೀರ್ಣವಾಗಿವೆ. 1947ರಲ್ಲಿ ಮಾಜಿ ವಸಾಹತುಶಾಹಿ ಮತ್ತು ಸೂಪರ್ ಪವರ್‌ಗಳ ಕಪಿಮುಷ್ಟಿಯಲ್ಲಿದ್ದ ವಿಶ್ವಸಂಸ್ಥೆ ಪ್ಯಾಲೆಸ್ತೀನ್ನರ ಜತೆ ಯಾವುದೇ ಚರ್ಚೆ ಮಾಡದೆ, ಪ್ರಸ್ತಾವಿಸಿದ 'ಎರಡು ದೇಶಗಳ ಪರಿಹಾರ' ಯಾವುದೇ ಆಧಾರವಿಲ್ಲದ ಒಂದು ಅನ್ಯಾಯಯುತ ಯೋಜನೆಯಾಗಿತ್ತು. ಜೋರ್ಡಾನ್ ನದಿಯ ಪಶ್ಚಿಮ ದಂಡೆ, ಹಾಗೂ ಇದನ್ನು ಪ್ಯಾಲೆಸ್ತೀನಿಯರು ತಿರಸ್ಕರಿಸಿದಾಗ, 1948ರಲ್ಲಿ ನಡೆದ ಅಂತರ್ಯುದ್ಧದಿಂದ ಸಾವಿರಾರು ಸಾವು-ನೋವು ಆಗಿ ತಮ್ಮ ಭೂಮಿ ಕಳೆದುಕೊಂಡು ಲಕ್ಷಾಂತರ ಪ್ಯಾಲೆಸ್ತೀನಿಯರು ನಿರಾಶ್ರಿತರಾದರು. ಅಂದಿನಿಂದ ಇಂದಿನವರೆಗೆ ಪ್ರಶ್ನೆಯನ್ನು ಶಾಂತಿಯುತವಾಗಿ ಪರಿಹರಿಸಲು ಪ್ರಯತ್ನಗಳೂ ಆಗಿಲ್ಲವೆಂದಲ್ಲ. 1947ರ ವಿಶ್ವಸಂಸ್ಥೆ ನಿರ್ಣಯ 181ರಿಂದ ಆರಂಭವಾಗಿ ಈ ವರೆಗೆ ಹಲವು ಇಂತಹ ಪ್ರಯತ್ನಗಳು ನಡೆದಿವೆ. ಇಂತಹ ಪ್ರಯತ್ನಗಳ ಒಂದು ಪಕ್ಷಿನೋಟ ಈ ಕೆಳಗಿದೆ:

1947	ವಿಶ್ವಸಂಸ್ಥೆ ಸಾಮಾನ್ಯ ಸಭೆಯ ನಿರ್ಣಯ 181
1967	ವಿಶ್ವಸಂಸ್ಥೆ ಭದ್ರತಾ ಸಮಿತಿ ನಿರ್ಣಯ 242
1978	ಈಜಿಪ್ಟ್-ಇಸ್ರೇಲ್ ನಡುವೆ ಕ್ಯಾಂಪ್ ಡೇವಿಡ್ ಒಪ್ಪಂದ
1988	ಪ್ಯಾಲೆಸ್ಟೈನ್ ಸ್ವಾತಂತ್ರ್ಯ ಘೋಷಣೆ - ವಿಶ್ವಸಂಸ್ಥೆಯ 1947ರ ನಿರ್ಣಯದ ಅನುಸಾರ

1991	ಮ್ಯಾಡ್ರಿಡ್ ಮಧ್ಯ–ಪ್ರಾಚ್ಯ ಶಾಂತಿ ಸಮ್ಮೇಳನ
1993	ಒಸ್ಲೊ ಒಪ್ಪಂದ
2000	ಕ್ಯಾಂಪ್ ಡೇವಿಡ್ ಶೃಂಗ ಸಭೆ
2002	ಅರಬ್ ಲೀಗ್ ಬೈರೂತ್ ಶೃಂಗ ಸಭೆ
2006–8	ಪ್ಯಾಲೆಸ್ಟೈನ್–ಇಸ್ರೇಲ್ ಪ್ರಧಾನಿ ಮಾತುಕತೆಗಳು
2014	ಅಬ್ಬಾಸ್ ಶಾಂತಿ ಯೋಜನೆ

ಈ ಪರಿಸ್ಥಿತಿಯಲ್ಲಿ ಮೊದಲ ಹಂತದಲ್ಲಿ (1967ರ ವರೆಗೆ) ಪ್ಯಾಲೆಸ್ತೀನಿಯರು ಜಿಯೊನಿಸ್ಟ್ ಯಹೂದಿಗಳ ಜತೆ ಅಥವಾ ಅವರ ವಾರಸುದಾರರಾದ ಇಸ್ರೇಲಿ ಸರಕಾರದ ಜತೆ ಯಾವುದೇ ಮಾತುಕತೆಗೆ ತಯಾರಿರಲಿಲ್ಲ. ತಮ್ಮ ತಾಯ್ನಾಡು ಪ್ಯಾಲೆಸ್ತೀನಿನಲ್ಲಿ ಯಾವುದೇ ಧರ್ಮ–ಆಧಾರಿತ ದೇಶ/ಪ್ರಭುತ್ವ ಸ್ಥಾಪಿಸಲು ಬಿಡಲು ತಯಾರಿರಲಿಲ್ಲ. ಇಸ್ರೇಲಿ ದೇಶವನ್ನು ಮಾನ್ಯ ಮಾಡಲು ತಯಾರಿರಲಿಲ್ಲ. ಜಿಯೊನಿಸ್ಟ್ ಯಹೂದಿಗಳ ಮಿಲಿಟರಿ ಬಲ–ಬೆಂಬಲವನ್ನು, ಮಿಲಿಟರಿ ಬಲ–ಬೆಂಬಲದಿಂದನೇ ಎದುರಿಸುವ ಆಯ್ಕೆ ಮಾತ್ರ ಇದೆ ತಮಗೆ ಎಂದು ಅವರು ಅಂದುಕೊಂಡಿದ್ದರು. ಅಂದಿನ (ಶೇ. 70 ಜನ ಕೇವಲ ಶೇ. 22 ಭೂಮಿ ಹೊಂದಿದ್ದ) ದುರ್ಬಲ ಸ್ಥಿತಿಯಲ್ಲಿ ಮಾತುಕತೆ ಅವರ ಸ್ಥಿತಿ ಇನ್ನಷ್ಟು ದುರ್ಬಲವಾಗುತ್ತಿತ್ತು ಎಂಬುದು ನಿಜವೇ. ಆಗ ಪ್ರಬಲ ಸ್ಥಿತಿಯಲ್ಲಿದ್ದ ಇಸ್ರೇಲಿ ಕಡೆಯಿಂದ ಮಾತುಕತೆ ನಡೆಸುವುದು ಸಾಧ್ಯವಿತ್ತು. ಆದರೆ ಜಿಯೋನಿಸ್ಟ್ ಯಹೂದಿಯವರ ಉಗ್ರ ಸಿದ್ಧಾಂತದಿಂದಾಗಿ ಅವರ ಉದ್ದೇಶ ಉಳಿದ ಅರಬರನ್ನು ಹಿಂಸಾಚಾರದಿಂದ ಓಡಿಸಿ ಇಡೀ ದೇಶ ಕಬಳಿಸುವುದು ಆಗಿತ್ತು. ವಿಶ್ವಸಂಸ್ಥೆಯ ಯೋಜನೆ ಪ್ರಕಾರ ಸಹ ಪ್ಯಾಲೆಸ್ತೀನಿಯರು ತಮ್ಮ ಹೊಸ ದೇಶದ ಭದ್ರತೆಗೆ ಅಪಾಯ ಎಂದು ಅವರು ಅಂದುಕೊಂಡಿದ್ದರು. ಆದ್ದರಿಂದಲೇ ಅವರು ಮಿಲಿಟರಿ ಪರಿಹಾರಕ್ಕೆ ಒತ್ತು ಕೊಟ್ಟಿದ್ದರು. ಹೀಗೆ ಮೊದಲ ಹಂತದಲ್ಲಿ ಯಾವುದೇ ಶಾಂತಿ ಮಾತುಕತೆಗಳು ನಡೆಯಲಿಲ್ಲ.

1967ರಲ್ಲಿ ಅರಬ್–ಇಸ್ರೇಲಿ ಯುದ್ಧದಲ್ಲಿ ಅರಬ್ ಮಿಲಿಟರಿ ಸೋಲಿನ ನಂತರ ಕದನವಿರಾಮದ ಭಾಗವಾಗಿ ವಿಶ್ವಸಂಸ್ಥೆಯ ಭದ್ರತಾ ಸಮಿತಿಯ ಪ್ರಸಿದ್ಧ ನಿರ್ಣಯ 242 ಯುದ್ಧದ ಮೊದಲಿನ ಪರಿಸ್ಥಿತಿಗೆ ಎರಡೂ ಪಕ್ಷಗಳು ಮರಳಬೇಕೆಂದು ಹೇಳಿತು. ಇದರರ್ಥ 1948ರ ಅಂತರ್ಯುದ್ಧದಲ್ಲಿ, 1947ರ ಭದ್ರತಾ ಸಮಿತಿಯ ನಿರ್ಣಯ 181ರಲ್ಲಿ ಕೊಟ್ಟಿದ್ದ ಶೇ. 55 ಭೂಮಿಗಿಂತ, ಇಸ್ರೇಲ್ ಕಬಳಿಸಿದ ಶೇ. 23 ಹೆಚ್ಚಿನ ಒತ್ತುವರಿ ಶೇ. 23 ಭೂಮಿಯ ನಿಯಂತ್ರಣವನ್ನು ಕಾನೂನುಬದ್ಧಗೊಳಿಸಲಾಯಿತು. ಪ್ಯಾಲೆಸ್ತೀನ್ ನಿರಾಶ್ರಿತರ ಸಮಸ್ಯೆ ಹಾಗೆ ಉಳಿದುಕೊಂಡಿದೆ. ನಿರ್ಣಯ 242ಯನ್ನು ಪಿ.ಎಲ್.ಒ. ಅಂಗೀಕರಿಸಲಿಲ್ಲ. ನಿರಾಶ್ರಿತರ ಬಗ್ಗೆ ಬಿಟ್ಟರೆ ನಿರ್ಣಯ ಪ್ಯಾಲೆಸ್ತೀನ್ ಬಗ್ಗೆ ಏನನ್ನೂ ಹೇಳುವುದಿಲ್ಲ ಎಂದಿತು. ಈಜಿಪ್ಟ್, ಜೋರ್ಡಾನ್, ಲೆಬನಾನ್ ಇದನ್ನು ಮಾತುಕತೆಗೆ ಆಧಾರವಾಗಿ ಸ್ವೀಕರಿಸಿದವು. ಸಿರಿಯಾ ಮಾತ್ರ 1972ರ ವರೆಗೆ ಇದನ್ನು ಒಪ್ಪಲಿಲ್ಲ. ಆದರೆ ಪಿ.ಎಲ್.ಒ.ದಿಂದ ಇಸ್ರೇಲ್ ವಿರುದ್ಧ ಗೆರಿಲ್ಲಾ ದಾಳಿಗಳು ನಿಂತಿಲ್ಲ ಎಂಬ ನೆಪವೊಡ್ಡಿ ಇಸ್ರೇಲ್ ಆಕ್ರಮಿತ ಪ್ರದೇಶಗಳಿಂದ ಕಾಲ್ತೆಗೆಯಲಿಲ್ಲ. ಇಸ್ರೇಲ್ ಆಕ್ರಮಿತ ಪ್ರದೇಶಗಳಿಂದ ಹಿಂತೆಗೆಯದೆ ನಿರ್ಣಯದ ಜಾರಿಗೆ ತಾವು ಬದ್ಧರಲ್ಲ ಎಂದು ಅರಬ್ ದೇಶಗಳು ವಾದಿಸಿದವು. ಹೀಗೆ ಪ್ರಶ್ನೆಯ ಇತ್ಯರ್ಥ ಮಾಡುವ ಸಾಧ್ಯತೆಯನ್ನು ಇಸ್ರೇಲ್ ಬೇಕೆಂತಲೇ

ಬುಡಮೇಲು ಮಾಡಿ ಇಡೀ ಪ್ರದೇಶವನ್ನು ತನ್ನ ಹತೋಟಿಯಲ್ಲಿ ಇಟ್ಟುಕೊಂಡು ಮುಂದುವರೆಯಿತು. 1970ರ ದಶಕದಲ್ಲಿ 1947ರ ನಿರ್ಣಯ 181 ಮತ್ತು ಆ ಮೇಲಿನ ವಿಶ್ವಸಂಸ್ಥೆಯ ವಿವಿಧ ನಿರ್ಣಯಗಳ ಆಧಾರದ ಮೇಲೆ ಮಾತುಕತೆಗೆ ಪಿ.ಎಲ್.ಓ. ತಾನು ಸಿದ್ಧ ಎಂದು ಹೇಳಿತ್ತು. ಆ ಮೂಲಕ ಇಸ್ರೇಲಿಗೆ ಪರೋಕ್ಷವಾಗಿಯಾದರೂ ಮಾನ್ಯತೆ ಕೊಟ್ಟಿತ್ತು. ಆದರೆ ಇದಕ್ಕೆ ಇಸ್ರೇಲ್ ತಯಾರಿರಲಿಲ್ಲ.

1970ರ ಉತ್ತರಾರ್ಧ ಮತ್ತು 80ರ ದಶಕದಲ್ಲಿ ಅರಬ್ ಸರಕಾರಗಳಲ್ಲಿ ಆದ ಬದಲಾವಣೆಗಳಿಂದಾಗಿ ಮತ್ತು ಅಮೆರಿಕದ ಸತತ ಒತ್ತಡದಿಂದಾಗಿ ಅರಬ್ ಸರಕಾರಗಳು ಪ್ಯಾಲೆಸ್ತೀನ್ ಸ್ವಾತಂತ್ರ್ಯದ ಪ್ರಶ್ನೆ ಬಿಟ್ಟುಕೊಟ್ಟು ಒಂದೊಂದಾಗಿ ಇಸ್ರೇಲ್ ಜತೆಗೆ ಪ್ರತ್ಯೇಕವಾಗಿ ರಾಜಿಯಾದವು. 1978ರಲ್ಲಿ ಈಜಿಪ್ಟ್ ಮಾಡಿಕೊಂಡ ಕ್ಯಾಂಪ್ ಡೇವಿಡ್ ಒಪ್ಪಂದ ಇವುಗಳಲ್ಲಿ ಮೊದಲನೆಯದು. ಇತರ ದೇಶಗಳು ಒಂದೊಂದಾಗಿ ಇಂತಹ ಒಪ್ಪಂದ ಮಾಡಿಕೊಂಡವು. ಅರಬ್ ದೇಶಗಳ ಜತೆ ರಾಜಿ ಮಾಡಿಕೊಂಡು ಪ್ಯಾಲೆಸ್ತೀನ್ ಹೋರಾಟಕ್ಕೆ ಅದರ ಬೆಂಬಲ ಇಲ್ಲವಾಗಿಸಿ ಪ್ಯಾಲೆಸ್ತೀನನ್ನು ಸೋಲಿಸುವುದು ಇಸ್ರೇಲ್–ಅಮೆರಿಕಗಳ ತಂತ್ರವಾಗಿತ್ತು. ಆದರೆ ಇದು ಫಲಿಸಲಿಲ್ಲ. ಆಕ್ರಮಿತ ಪ್ರದೇಶಗಳಲ್ಲಿ 1987–1993ರ 'ಇಂತಿಫದಾ' ಪುನಃ ಮಾತುಕತೆ ಮಾಡಬೇಕಾದ ಅನಿವಾರ್ಯತೆಯನ್ನು ಸೂಚಿಸಿತು. ಕೊಲ್ಲಿ ಯುದ್ಧದ ನಂತರ ಅಮೆರಿಕ ಮಾತುಕತೆಗಳಿಗೆ ತೀವ್ರ ಪ್ರಯತ್ನ ಆರಂಭಿಸಿತು ಮತ್ತು ಇಸ್ರೇಲ್ ಮೇಲೆ ಒತ್ತಡ ಆರಂಭಿಸಿತು. ಇದಕ್ಕಾಗಿ ಇಸ್ರೇಲ್ ಮತ್ತು ಅರಬ್ ದೇಶಗಳ ಸಮ್ಮೇಳನವನ್ನು 1991ರಲ್ಲಿ ಸ್ಪೈನಿನ ರಾಜಧಾನಿ ಮ್ಯಾಡ್ರಿಡ್ ನಲ್ಲಿ ಕರೆಯಿತು. ಇಷ್ಟು ಹೊತ್ತಿಗೆ ಸಾಕಷ್ಟು ದುರ್ಬಲವಾಗಿದ್ದ ಪಿ.ಎಲ್.ಓ. ಮೇಲೂ ಒತ್ತಡ ಹಾಕಿ ಇಸ್ರೇಲ್ ಜತೆ ರಹಸ್ಯ ಮಾತುಕತೆಗಳನ್ನು ನಾರ್ವೆಯ ರಾಜಧಾನಿ ಒಸ್ಲೋದಲ್ಲಿ ಏರ್ಪಡಿಸಿತು. ಇದರ ಫಲವಾಗಿ 1993 ಒಸ್ಲೋ ಒಪ್ಪಂದಕ್ಕೆ ಸಹಿ ಹಾಕಲಾಯಿತು.

ಒಸ್ಲೋ ಒಪ್ಪಂದದ ಪ್ರಕಾರ ಪಶ್ಚಿಮ ದಂಡೆ ಮತ್ತು ಗಾಜಾ ಪಟ್ಟಿಯ ಪ್ಯಾಲೆಸ್ತೀನ್ ಪ್ರದೇಶಗಳಲ್ಲಿ ಸ್ಥಳೀಯ ಆಡಳಿತ ಚುನಾಯಿತ 'ಪ್ಯಾಲೆಸ್ತೀನ್ ಪ್ರಾಧಿಕಾರ'ದ ಕೈಗೆ ಬಂತು. ಗಾಜಾ ಪೂರ್ಣವಾಗಿ ಪ್ಯಾಲೆಸ್ತೀನ್ ಆಡಳಿತಕ್ಕೆ ಒಳಪಟ್ಟಿತು. ಆದರೆ 1995ರಲ್ಲಿ ಸಹಿ ಹಾಕಲಾದ ಒಪ್ಪಂದದಲ್ಲಿ ಪಶ್ಚಿಮ ದಂಡೆಯನ್ನು ಮೂರು ವಿಭಾಗಗಳಾಗಿ ವಿಂಗಡಿಸಲಾಯಿತು. ಎ ವಿಭಾಗ ಪ್ಯಾಲೆಸ್ತೀನಿಯರು ಇದ್ದ ಪ್ರದೇಶದಲ್ಲಿ ಸ್ಥಳೀಯ ಆಡಳಿತ ಪ್ಯಾಲೆಸ್ತೀನಿಯರಿಗೆ ಕೊಡಲಾಯಿತು. ಯಹೂದಿ ವಲಸಿಗರ ವಸತಿ ಪ್ರದೇಶ ಸಿ ವಿಭಾಗ ಪೂರ್ಣವಾಗಿ ಇಸ್ರೇಲಿ ಆಡಳಿತಕ್ಕೆ ಒಳಪಟ್ಟಿತ್ತು. ಪ್ಯಾಲೆಸ್ತೀನಿಯರು ಬಹುಸಂಖ್ಯಾತರಾಗಿ ಇರುವ ಆದರೆ ಸಿ ಪ್ರದೇಶಕ್ಕೆ ಹತ್ತಿರವಿರುವ ಪ್ರದೇಶಗಳ ಬಿ ವಿಭಾಗ ಪ್ಯಾಲೆಸ್ತೀನಿ–ಇಸ್ರೇಲಿ ಜಂಟಿ ಆಡಳಿತಕ್ಕೆ ಒಳಪಟ್ಟಿತ್ತು. ಈ ಮೂರು ವಿಭಾಗಗಳ ನಡುವೆ ದಾರಿ ಇತ್ಯಾದಿ ಇಸ್ರೇಲಿ ನಿಯಂತ್ರಣದಲ್ಲಿ ಇತ್ತು. ಎ ವಿಬಾಗ ಪಶ್ಚಿಮ ದಂಡೆಯ ಶೇ. 18 ಭಾಗ, ಬಿ ವಿಭಾಗ ಶೇ. 22 ಭಾಗ, ಉಳಿದ ಸಿ ವಿಭಾಗ ಶೇ. 60 ಭಾಗ ಇತ್ತು. ಈ ರೀತಿ ಪಶ್ಚಿಮ ದಂಡೆಯ ಶೇ. 82 ಭಾಗ ಇಸ್ರೇಲಿ ನಿಯಂತ್ರಣದಲ್ಲಿತ್ತು. ಕೇವಲ ಶೇ 22 ಪೂರ್ಣ ಪ್ಯಾಲೆಸ್ತೀನ್ ನಿಯಂತ್ರಣದಲ್ಲಿ ಇತ್ತು.

ಒಸ್ಲೋ ಒಪ್ಪಂದ ಪಶ್ಚಿಮ ದಂಡೆಯಲ್ಲಿ ಕಾನೂನುಬಾಹಿರವಾಗಿ ಸ್ಥಾಪಿಸಿದ ಯಹೂದಿ ವಲಸೆಗಾರರ ವಸತಿಗಳನ್ನು ತೆರವು ಮಾಡುವ, ಹೊಸ ವಸತಿಗಳನ್ನು ಸ್ಥಾಪಿಸದಿರುವ ಭರವಸೆ ಬಗ್ಗೆ ಏನೂ ಮಾಡಲಿಲ್ಲ. ಇಸ್ರೇಲಿ ನಿಯಂತ್ರಣಕ್ಕೆ ಕಾನೂನು ಬದ್ಧತೆ ಕೊಟ್ಟಿದ್ದು

ಬಿಟ್ಟರೆ ಇನ್ನೇನೂ ಮಾಡುವುದಿಲ್ಲ ಎಂದು ಆಪಾದಿಸಿ ಒಸ್ಲೊ ಒಪ್ಪಂದವನ್ನು ಇಸ್ರೇಲ್ ಜತೆ ರಹಸ್ಯ ಮಾತುಕತೆ ನಡೆಸಿದ ಫತಾ ಗುಂಪು ಬಿಟ್ಟರೆ ಬೇರೆ ಯಾವ ಗುಂಪೂ ಒಪ್ಪಿಕೊಳ್ಳಲಿಲ್ಲ. ಹೀಗೆ ಒಸ್ಲೊ ಒಪ್ಪಂದದಲ್ಲಿ ಪ್ಯಾಲೆಸ್ತೀನಿಯರಿಗೆ 'ಅಧಿಕಾರದ ಹಸ್ತಾಂತರ' ಬರಿಯ ಶೋ ಆಗಿತ್ತು. ಇದನ್ನೂ ಹಂತ ಹಂತವಾಗಿ ಜಾರಿ ಮಾಡುವ ನೆಪದಲ್ಲಿ ಜಾರಿಯಾಗಲಿಲ್ಲ. ಆದ್ದರಿಂದ ಒಪ್ಪಂದ ವಿರೋಧಿಸಿದ ಗುಂಪುಗಳು ಇಸ್ರೇಲಿನ ಒಳಗೂ, ಪಶ್ಚಿಮ ದಂಡೆಯಲ್ಲಿ ಹೋರಾಟ ಮುಂದುವರೆಸಿದವು. ಇಸ್ರೇಲಿನ ಒಳಗೆ ಸರಣಿ ಆತ್ಮಾಹುತಿ ದಾಳಿಗಳು ದೇಶವನ್ನು ನಡುಗಿಸಿದವು. ಇದರಿಂದಾಗಿ ಶಾಂತಿ ಮಾತುಕತೆಗಳು ಮುಂದುವರೆದವು. ಇವುಗಳಲ್ಲಿ ಇಜಿಪ್ಟ್ ಅಧ್ಯಕ್ಷ ಆಯೋಜಿಸಿದ 2000ದ ಕ್ಯಾಂಪ್ ಡೇವಿಡ್–2 ಮತ್ತು ತಾಬಾ ಮಾತುಕತೆಗಳು, 2002ರಲ್ಲಿ ಅರಬ್ ಲೀಗ್ ಆಯೋಜಿಸಿದ ಬೈರೂತ್ ಶೃಂಗಸಭೆ, 2006–8 ಇಸ್ರೇಲ್–ಪ್ಯಾಲೆಸ್ತೀನಿ ಪ್ರಧಾನಿ ಮಾತುಕತೆಗಳು, 2014 ಅಬ್ಬಾಸ್ ಶಾಂತಿ ಪ್ರಸ್ತಾವಗಳು ಪ್ರಮುಖವಾದವು.

ಈ ಎಲ್ಲಾ ಮಾತುಕತೆಗಳು ಆಕ್ರಮಿತ ಪ್ರದೇಶದಲ್ಲಿ ಮತ್ತು ಇಸ್ರೇಲಿನಲ್ಲಿ ಗೆರಿಲ್ಲಾ ದಾಳಿಗಳು ಮುಂದುವರೆಯುತ್ತಿರುವ ಒತ್ತಡದಿಂದ ನಡೆದವು. 2003ರ ಇರಾಕ್ ಯುದ್ಧದ ನಂತರ ಅಮೆರಿಕ–ಇಸ್ರೇಲಿ ಆಕ್ರಾಮಕ ಧೋರಣೆಯ ಹಿನ್ನೆಲೆಯಲ್ಲಿ ಹಾಮಾಸ್ ಮುಂತಾದ ಉಗ್ರಗಾಮಿ ಇಸ್ಲಾಮಿಕ್ ಗುಂಪುಗಳ ಜನಪ್ರಿಯತೆ ಹೆಚ್ಚಾಗಿದೆ. ಮಾತುಕತೆಗಳಲ್ಲಿ ಭಾಗವಹಿಸುತ್ತಿರುವ ಫತಾ ಗುಂಪಿನ ಬೆಂಬಲ ಕಡಿಮೆಯಾಗಿದೆ. 2006ರಲ್ಲಿ ಗಾಜಾದಲ್ಲಿ ಅವರ ಚುನಾವಣಾ ವಿಜಯದ ನಂತರ ಪ್ಯಾಲೆಸ್ತೀನ್ ಜನತೆ ಶಾಂತಿ ಮಾತುಕತೆಗಳಲ್ಲಿ ವಿಶ್ವಾಸ ಕಳೆದುಕೊಂಡಿದ್ದರ ಸೂಚಕ. 2006ರ ನಂತರ ಇಸ್ರೇಲ್ ಕಟ್ಟಲು ಆರಂಭಿಸಿದ ಗೋಡೆ ಪ್ಯಾಲೆಸ್ತೀನಿಯರ ಆಕ್ರೋಶವನ್ನು ಇನ್ನಷ್ಟು ಹೆಚ್ಚಿಸಿವೆ. 2008ರ ನಂತರದ ಗಾಜಾ ದಾಳಿಗಳ ನರಮೇಧಗಳ ಸರಣಿ, ಪ್ಯಾಲೆಸ್ತೀನಿಯರಲ್ಲಿ ಮಾತುಕತೆಗಳ ಅರ್ಥಹೀನತೆಯ ಅನ್ನಿಸಿಕೆಯನ್ನು ಹೆಚ್ಚಿಸಿವೆ.

ಪ್ಯಾಲೆಸ್ತೀನ್ ರಾಜಧಾನಿ ಆಗಬೇಕಾಗಿದ್ದ ಪೂರ್ವ ಜೆರೂಸಲೇಂನ್ನು ಇಸ್ರೇಲ್ 1967 ಯುದ್ಧದಲ್ಲಿ ಆಕ್ರಮಿಸಿಕೊಂಡಿದ್ದು ಇಸ್ರೇಲ್ ಈ ಬಗ್ಗೆ ಯಾವುದೇ ರಾಜಿಗೆ ತಯಾರಿಲ್ಲದಿರುವುದು ಶಾಂತಿ ಮಾತುಕತೆಗಳಲ್ಲಿ ದೊಡ್ಡ ಅಡ್ಡಿ. ಇದೇ ರೀತಿ ವಿಶ್ವಸಂಸ್ಥೆಯ ನಿಯಮಗಳ ಪ್ರಕಾರವೇ ಪ್ಯಾಲೆಸ್ತೀನ್ ನಿರಾಶ್ರಿತರ ವಾಪಸಾತಿ, ಅವರು ವಾಪಸಾದಾಗ ಅವರ ಪುನರ್ವಸತಿ, ಆಸ್ತಿ ವಾಪಸಾತಿ ಅಥವಾ ತಕ್ಕ ಪರಿಹಾರದ ಪ್ರಶ್ನೆ ಬಗೆಗೂ ಇಸ್ರೇಲ್ ತಯಾರಿಲ್ಲದೆ ಇರುವುದು ಸಹ ಶಾಂತಿಗೆ ದೊಡ್ಡ ಅಡ್ಡಿ. ಈಗ ಇಸ್ರೇಲ್ ಮತ್ತು ಆಕ್ರಮಿತ ಪ್ರದೇಶಗಳಲ್ಲಿ ಇರುವಷ್ಟೇ ಪ್ಯಾಲೆಸ್ತೀನಿಯರು ವಿದೇಶಗಳಲ್ಲಿ ಇರುವುದು ಈ ಪ್ರಶ್ನೆಯ ಮಹತ್ವವನ್ನು ತೋರಿಸುತ್ತದೆ. ಜೋರ್ಡಾನ್ ಬಿಟ್ಟು ಇತರ ಹೆಚ್ಚಿನ ದೇಶಗಳಲ್ಲಿ ಅವರಿಗೆ ನಾಗರಿಕ ದರ್ಜೆ ಸಿಗದೆ ಅವರಲ್ಲಿ ಹೆಚ್ಚಿನವರು ದೇಶರಹಿತರು.

ಈಗಲೂ ಸಮಗ್ರ ಸುಭದ್ರ ಶಾಂತಿ ಸಾಧ್ಯವಿದೆ. ಪ್ಯಾಲೆಸ್ತೀನರಿಗೆ ತಾಯ್ನಾಡು, ಇಸ್ರೇಲಿಗೆ ಶಾಂತಿ ಭದ್ರತೆ ಆದ್ಯತೆಯದ್ದು. ಪ್ಯಾಲೆಸ್ತೀನರಿಗೆ ನ್ಯಾಯ ಕೊಡದೆ ಇಸ್ರೇಲಿಗೆ ಶಾಂತಿ ಭದ್ರತೆ ದೊರಕದು ಎಂಬ ಸರಳ ಸತ್ಯವನ್ನು ಇಸ್ರೇಲಿ ಆಳುವವವರು ಒಪ್ಪಿಕೊಳ್ಳದೆ ಇದು ಸಾಧ್ಯವಿಲ್ಲ. ಇವೆರಡನ್ನೂ ಸಾಧಿಸುವುದು 1947ರ ನಿರ್ಣಯ 181 ಮತ್ತು 1967ರ ನಿರ್ಣಯ 242ರ ಪೂರ್ಣ ಜಾರಿಯಿಂದ ಮಾತ್ರ ಸಾಧ್ಯ. ಪೂರ್ವ ಜೆರೂಸಲೇಂ ಸೇರಿದಂತೆ ಪಶ್ಚಿಮ ದಂಡೆಯನ್ನು ಪೂರ್ಣವಾಗಿ ತೆರವು ಮಾಡಿ ಪ್ಯಾಲೆಸ್ತೀನಿಯರ

ಸಾರ್ವಭೌಮತ್ವಕ್ಕೆ ಬಿಟ್ಟು ಕೊಡದೆ ಇಸ್ರೇಲ್ ಭದ್ರತೆಗೆ ಬೆದರಿಕೆ ನಿಲ್ಲುವುದಿಲ್ಲ. ಪ್ಯಾಲೆಸ್ತೀನಿಯರನ್ನು ಫತಾ ಮತ್ತು ಹಾಮಾಸ್ ನಡುವೆ ಒಡೆದು ಆಳುವ ತಂತ್ರವೂ ಬಹಳ ಕಾಲ ಫಲಿಸದು.

ಮೂಲ ಬ್ರಿಟಿಶ್ ಪ್ಯಾಲೆಸ್ಟೀನ್ ಪ್ರದೇಶದಲ್ಲಿ ಅವಿಭಜಿತ ಯಹೂದಿ ಇಸ್ರೇಲ್ ಆಗಲಿ ಅಥವಾ ಅವಿಭಜಿತ ಇಸ್ಲಾಮಿಕ್ ಪ್ಯಾಲೆಸ್ತೀನ್ ಆಗಲಿ ಇಂದು ಕಾರ್ಯಸಾಧ್ಯವಲ್ಲ. ಎರಡು ದೇಶಗಳ ಪರಿಹಾರ ಅನಿವಾರ್ಯ. ಆದರೆ ಬಹು–ಧರ್ಮೀಯ ಬಹು–ಜನಾಂಗೀಯ ಅವಿಭಜಿತ ಪ್ಯಾಲೆಸ್ತೀನ್ ಅಥವಾ ಪ್ಯಾಲೆಸ್ತೀನ್ ಒಕ್ಕೂಟ ಪರಿಹಾರವನ್ನು ಕೆಲವರು ಪ್ರಸ್ತಾವಿಸಿದ್ದಾರೆ. ಎರಡೂ ಕಡೆಗಳಲ್ಲಿರುವ ಧಾರ್ಮಿಕ ಮೂಲಭೂತವಾದಿಗಳನ್ನು ಪ್ರತ್ಯೇಕಿಸಿದರೆ ಇದು ಸಹ ಅಸಾಧ್ಯ ಗುರಿಯೇನಲ್ಲ.

ಅನ್ಯಾಯ ಕಾನೂನು ಆದಾಗ
ಪ್ರತಿರೋಧ ಕರ್ತವ್ಯ ಆಗುತ್ತದೆ

ಅನುಬಂಧ-೩

ಪ್ಯಾಲೆಸ್ತೀನ್ ಪ್ರಶ್ನೆಯಲ್ಲಿ ಅಮೆರಿಕ-ಇಸ್ರೇಲಿ ಸಂಬಂಧದ ಪಾತ್ರ ಏನು?

ಪ್ಯಾಲೆಸ್ತೀನ್ ಪ್ರಶ್ನೆಯ ದೀರ್ಘ ಇತಿಹಾಸದ ಪರಿಚಯ ಇರುವವರಿಗೆ ಅಮೆರಿಕ-ಇಸ್ರೇಲಿ ಘನಿಷ್ಟ ಸಂಬಂಧಕ್ಕೆ ಅದರಲ್ಲಿ ವಿಶೇಷ ಪಾತ್ರ ಇದೆ ಎಂದು ಅನಿಸದಿರದು. ಇಲ್ಲದಿದ್ದರೆ ಅಮೆರಿಕ 1972ರಿಂದ ಈ ವರೆಗೆ 102 ಬಾರಿ ಏಕೆ ಭದ್ರತಾ ಸಮಿತಿಯಲ್ಲಿ ಇಸ್ರೇಲಿನ ಪರವಾಗಿ ವಿಟೊ ಬಳಸುತ್ತದೆ? ಇದರಿಂದಾಗಿ ಅಮೆರಿಕದ ಅಗಾಧ ಆರ್ಥಿಕ-ಮಿಲಿಟರಿ ಬೆಂಬಲ ಇಲ್ಲದಿದ್ದರೆ ಇಸ್ರೇಲ್ ಒಂದು ದಿನವೂ ಬದುಕಿರಲು ಸಾಧ್ಯವಿಲ್ಲ ಎಂಬುದೂ ಸ್ಪಷ್ಟ. ಅಮೆರಿಕಕ್ಕೆ ಇಸ್ರೇಲಿನ ಅಗತ್ಯ ಇದೆಯೆ ಅಥವಾ ಇಸ್ರೇಲಿಗೆ ಅಮೆರಿಕದ ಅಗತ್ಯವಿದೆಯೆ ಎಂಬ ಸಂಶಯ ಬರುವಷ್ಟು ಅವುಗಳ ಪರಸ್ಪರ ಅವಲಂಬನ ಇರುವಂತೆ ಕಾಣುತ್ತದೆ. ಅಮೆರಿಕದ ಜನತೆಗೆ ಇಸ್ರೇಲ್ ಬಗ್ಗೆ ಇರುವ ಭಾರಿ ಪ್ರೀತಿ-ಅಭಿಮಾನವಂತೂ ಖಂಡಿತ ಇಲ್ಲ. ನಿಜವಾಗಿಯೂ ಹೇಳಬೇಕಾದರೆ ಯಹೂದಿ-ದ್ವೇಷ ಸಾಕಷ್ಟು ಬಲವಾಗಿಯೇ ಇದ್ದು ಈ ವಿಪರೀತ ಇಸ್ರೇಲ್-ಪರ ನೀತಿ ಜನಾಭಿಪ್ರಾಯ ಸಂತುಷ್ಟಿಗೊಳಿಸಲು ಖಂಡಿತ ಅಲ್ಲ. ಹಾಗಾದರೆ ಯಾವುದೇ ಪಕ್ಷ ಬರಲಿ, ಅಧ್ಯಕ್ಷ ಬರಲಿ ಈ ಕಟ್ಟಾ ಇಸ್ರೇಲಿ-ಪರ ನೀತಿಗೆ ಕಾರಣವೇನು?

ಅಮೆರಿಕದ ರಾಜಕೀಯ-ಆರ್ಥಿಕ ನೀತಿಗಳನ್ನು ನಿರ್ಧಾರ ಮಾಡುವುದು ವಿವಿಧ ಉದ್ಯಮ ಕ್ಷೇತ್ರಗಳ ಕಂಪನಿಗಳ ಹಿತಾಸಕ್ತಿ ಎತ್ತಿ ಹಿಡಿಯುವ ಲಾಬಿಗಳು. ಅಧ್ಯಕ್ಷರೂ, ಕಾಂಗ್ರೆಸ್ ಎರಡೂ ಅಲ್ಲ. ಜನಾಭಿಪ್ರಾಯ್ರವಂತೂ ಅಲ್ಲವೇ ಅಲ್ಲ. ಯಹೂದಿ ಬ್ಯಾಂಕರುಗಳ ಉದ್ಯಮಿಗಳ ಲಾಬಿ ಅಮೆರಿಕದ ಎರಡನೇ ಅತಿ ದೊಡ್ಡ ಪ್ರಬಲ ಲಾಬಿ ಎಂಬುದು ಮೇಲೆ ಹೇಳಿದ್ದಕ್ಕೆ ಒಂದು ಕಾರಣ. ಅಮೆರಿಕ ಮತ್ತು ಇಸ್ರೇಲಿನ ಪ್ರಭುತ್ವ ಸಂಘಟನೆಗಳು, ಕಂಪನಿಗಳು, ಉದ್ಯಮ ಇವೆಲ್ಲವೂ ಘನಿಷ್ಟ ಸಂಬಂಧ ಹೊಂದಿದ್ದು ತಮ್ಮ ಹಿತಾಸಕ್ತಿ ಒಂದೇ ಎಂಬಂತೆ ವರ್ತಿಸುತ್ತವೆ. ಆದರೆ ಇದೊಂದೇ ಕಾರಣವಲ್ಲ.

ಎರಡನೇ ಮಹಾಯುದ್ಧದ ನಂತರ ಸಾಮ್ರಾಜ್ಯಶಾಹಿ ಬಣದ ನಾಯಕತ್ವ ವಹಿಸಿಕೊಂಡ ಅಮೆರಿಕ ಮಧ್ಯಪ್ರಾಚ್ಯ ಪ್ರದೇಶದಲ್ಲಿ ಸೆಕುಲ್ಯರ್ ಅರಬ್ ರಾಷ್ಟ್ರೀಯವಾದಿ ಶಕ್ತಿಗಳನ್ನು ಎದುರಿಸಿ ತೈಲ ಸಂಪತ್ತು ಮತ್ತು ಇಡೀ ಪ್ರದೇಶದ ಮೇಲೆ ಯುರೋಪಿಯನ್ (ಪ್ರಮುಖವಾಗಿ ಬ್ರಿಟಿಶ್-ಫ್ರೆಂಚ್) ಸಾಮ್ರಾಜ್ಯಶಾಹಿಗಳು ಹೊಂದಿದ್ದ ವ್ಯೂಹಾತ್ಮಕ ಹಿಡಿತವನ್ನು ಉಳಿಸಿಕೊಂಡು ಬೆಳೆಸಬೇಕಾಗಿತ್ತು. ಆಗ ಸೌದಿ ಅರೇಬಿಯ ಮತ್ತು ಕೊಲ್ಲಿ ದೇಶಗಳು ಬಿಟ್ಟರೆ ಅಮೆರಿಕನ್ ಸಾಮ್ರಾಜ್ಯಶಾಹಿಗೆ ಮಿತ್ರರೇ ಇರಲಿಲ್ಲ. ಅಂತಹ ಸಂದರ್ಭದಲ್ಲಿ. ಅರಬ್ ರಾಷ್ಟ್ರೀಯವಾದಿ ಶಕ್ತಿಗಳನ್ನು ತೀವ್ರವಾಗಿ ದ್ವೇಷಿಸುತ್ತಿದ್ದ ಜಿಯೋನಿಸ್ಟ್ ಯಹೂದಿಗಳ ಪ್ರಭುತ್ವ ಬಹಳ ಅಪ್ಯಾಯಮಾನವಾಗಿತ್ತು. ಆ ಪ್ರದೇಶದಲ್ಲಿ ಪೊಲಿಸ್‌ಮ್ಯಾನ್ ಆಗಬಲ್ಲ, ಅರಬ್ ರಾಷ್ಟ್ರೀಯವಾದಿ ಶಕ್ತಿಗಳಿಗೆ ಮಿಲಿಟರಿ ಪ್ರತಿದ್ವಂದ್ವಿಯಾಗಬಲ್ಲ ಇಸ್ರೇಲ್ ಅಮೆರಿಕಕ್ಕೆ ಅಗತ್ಯವಾಗಿತ್ತು.

ಆ ಮೇಲೆ ಸೋವಿಯತ್ ಒಕ್ಕೂಟದ ಜತೆ ಬೆಳೆದ ಶೀತಲಸಮರದಲ್ಲೂ ಅಮೆರಿಕಕ್ಕೆ ಇಸ್ರೇಲ್ ಇದ್ದ ಒಂದೇ ಪಕ್ಕಾ ಮಿತ್ರ. ಇಸ್ರೇಲಂತೂ ಅಮೆರಿಕದಂತಹ ಸೂಪರ್ ಪವರ್ ಬೆಂಬಲ ಇಲ್ಲದೆ ಬದುಕುವಂತೆಯೇ ಇರಲಿಲ್ಲ. ಮೊದಲ ಕೊಲ್ಲಿ ಯುದ್ಧ ಮತ್ತು ಸೋವಿಯತ್ ಒಕ್ಕೂಟದ ಪತನದ ನಂತರ, ಅದಾಗಲೇ ದುರ್ಬಲವಾಗಿರುವ ಸೆಕ್ಯುಲರ್ ಅರಬ್ ರಾಷ್ಟ್ರೀಯವಾದಿ ಶಕ್ತಿಗಳನ್ನು ಪೂರ್ಣವಾಗಿ ನಾಶ ಮಾಡಲು, ಮಧ್ಯಪ್ರಾಚ್ಯದ ಮತ್ತು ಅಲ್ಲಿನ ತೈಲ ಸಂಪತ್ತಿನ ಪೂರ್ಣ ನಿಯಂತ್ರಣ ಕಸಿಯಲು ಹೊರಟ, ಅಮೆರಿಕಕ್ಕೆ ಇಸ್ರೇಲ್ ಅತ್ಯಗತ್ಯ ಮಿತ್ರ. ಒಂದು ಕಡೆ ಇಸ್ಲಾಮಿಕ್ ಜಿಹಾದಿ ಶಕ್ತಿಗಳನ್ನು ಹುಟ್ಟು ಹಾಕುತ್ತಾ, ಇನ್ನೊಂದು ಕಡೆ ಅವುಗಳ ವಿರುದ್ಧ "ಭಯೋತ್ಪಾದನೆಯ ವಿರುದ್ಧ ಮುಗಿಯದ ಯುದ್ಧ"ದಲ್ಲಂತೂ ಇಸ್ರೇಲ್ ಅತ್ಯಮೂಲ್ಯ ಗೆಳೆಯ. ಅಮೆರಿಕ ತನ್ನ ವ್ಯೂಹಾತ್ಮಕ ಉದ್ದೇಶಗಳಿಗೆ ಇಸ್ರೇಲಿ ಪ್ರಭುತ್ವದ ಆತಂಕ, ಅಭದ್ರತೆ, ಮುಸ್ಲಿಂ–ದ್ವೇಷ ಇವೆಲ್ಲವನ್ನೂ ಸಮರ್ಥವಾಗಿ ಬಳಸಿಕೊಂಡಿದೆ.

ಆದ್ದರಿಂದ ಪ್ಯಾಲೆಸ್ತೀನ್ ಶಾಂತಿ ಮಾತುಕತೆಗಳಲ್ಲಿ ಅಮೆರಿಕ ಖಂಡಿತಾ ಪ್ರಾಮಾಣಿಕ ತಟಸ್ಥ ಮಧ್ಯಸ್ಥಿಕೆದಾರ ಅಲ್ಲ. ಹಾಗೆ ನಾಟಕ ಮಾಡುವ ಪೋಸು ಕೊಡುವ ಗೋಮುಖ ವ್ಯಾಘ್ರ. ಪ್ಯಾಲೆಸ್ತೀನ್ ದೇಶ ಸ್ಥಾಪನೆ ಆದರೆ, ಆ ಪ್ರದೇಶದಲ್ಲಿ ಶಾಂತಿ ಸ್ಥಾಪನೆ ಆದರೆ ಅತಿ ದೊಡ್ಡ ನಷ್ಟವಾಗುವುದು ಅಮೆರಿಕನ್ ಸಾಮ್ರಾಜ್ಯಶಾಹಿಗೆ. ಇದೇ ಅಮೆರಿಕ–ಇಸ್ರೇಲಿ ಪ್ರಭುತ್ವಗಳ ನಡುವೆ ಘನಿಷ್ಠ ಸಂಬಂಧಗಳ ಗುಟ್ಟು, ಮಧ್ಯ ಪ್ರಾಚ್ಯದಲ್ಲಿ ಅಮೆರಿಕದ ಈ ಆಟ ಸೋಲಿಸದೆ ಪ್ಯಾಲೆಸ್ತೀನ್ ಪ್ರಶ್ನೆ ಬಗೆಹರಿಯುವುದು ಸಾಧ್ಯವಿಲ್ಲ.

ಅಮೆರಿಕಾ ಸಂಯುಕ್ತ ಸಂಸ್ಥಾನ ಮತ್ತು ಇಸ್ರೇಲ್ ಮಾನವ ಹಕ್ಕುಗಳ ಘೋಷಣೆಯ
60ನೇ ವಾರ್ಷಿಕೋತ್ಸವವನ್ನು ಆಚರಿಸಿದ ಪರಿ

ಪ್ಯಾಲೆಸ್ತೀನ್ ಪ್ರಶ್ನೆ

ಅನುಬಂಧ–4
ಕುಗ್ಗುತ್ತಿರುವ ಪ್ಯಾಲೆಸ್ತೀನ್

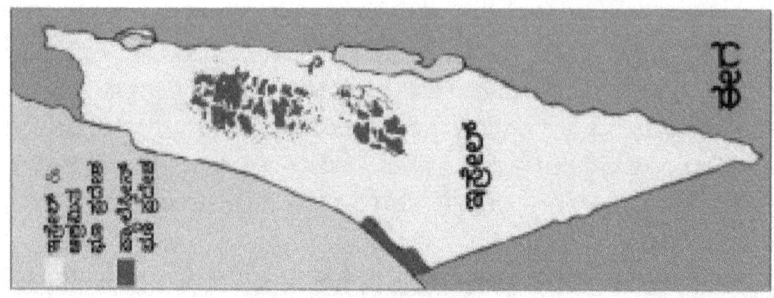

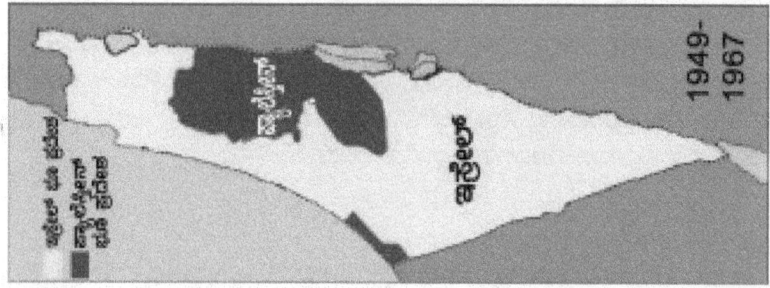

ಇಂತಹ ಬೇಕಾಬಿಟ್ಟಿ ಕ್ರೌರ್ಯದ ಭೀಕರ ಪ್ರದರ್ಶನವನ್ನು ಜಗತ್ತು ಇನ್ನೆಷ್ಟು ದಿನ ಸಹಿಸಬಲ್ಲುದು?

– ಬರ್ಟ್ರೆಂಡ್ ರಸೆಲ್

1947ರಿಂದ ಪ್ಯಾಲೆಸ್ತೀನಿಯರಿಗೆ ಲಭ್ಯವಿರುವ ಭೂಮಿ, ನೀರು ಮುಂತಾದ ಪ್ರಾಕೃತಿಕ ಸಂಪನ್ಮೂಲಗಳು ಮತ್ತು ರಸ್ತೆ, ವಿದ್ಯುತ್, ಶಾಲೆ, ಆಸ್ಪತ್ರೆ ಮುಂತಾದ ಮೂಲಸೌಕರ್ಯಗಳು ಸತತವಾಗಿ ಕುಗ್ಗುತ್ತಿವೆ. 1947ರ ವಿಶ್ವಸಂಸ್ಥೆಯ ವಿಭಜನಾ ಯೋಜನೆಯಲ್ಲಿ, ಆಗ ಜನಸಂಖ್ಯೆಯ ಸುಮಾರು 70% ಇದ್ದ ಹಾಗೂ 93% ಭೂಮಿ ಹೊಂದಿದ್ದ ಸುಮಾರು 13 ಲಕ್ಷ ಪ್ಯಾಲೆಸ್ತೀನಿಯರಿಗೆ 45% ಭೂಮಿ ಕೊಡಲಾಯಿತು. ಜನಸಂಖ್ಯೆಯ ಕೇವಲ 30% ಹಾಗೂ 7% ಭೂಮಿ ಹೊಂದಿದ್ದ ಸುಮಾರು 6 ಲಕ್ಷ ಯಹೂದಿ ವಲಸೆಗಾರರಿಗೆ ಶೇ, 55 ಭೂಮಿ ಕೊಡಲಾಯಿತು.

1948ರ ಅಂತರ್ಯುದ್ಧದ ನಂತರ ಮೂಲನಿವಾಸಿ ಪ್ಯಾಲೆಸ್ತೀನಿಯರಿಗೆ 22%, ಇಸ್ರೇಲಿಗೆ 78% ಭೂಮಿ ದಕ್ಕಿತು. 1967 ಯುದ್ಧದಲ್ಲಿ ಇಸ್ರೇಲ್ ಹೆಚ್ಚುಕಡಿಮೆ ಎಲ್ಲಾ ಭೂಮಿಯನ್ನು ವಶಪಡಿಸಿಕೊಂಡಿತ್ತು.

ಈಗ ಪ್ಯಾಲೆಸ್ತೀನರಿಗೆ ವಾಸಕ್ಕೆ ಗಾಜಾ ಪಟ್ಟಿ ಮತ್ತು ಪಶ್ಚಿಮ ದಂಡೆಯ ಸುತ್ತುವರೆದ ಹಳ್ಳಿಗಳು ಮಾತ್ರ ಇರುವುದು.

ಇಂದು (2014ರ ಅಂಕೆ ಸಂಖ್ಯೆ ಪ್ರಕಾರ) ಸುಮಾರು 65 ಲಕ್ಷ ಮೂಲನಿವಾಸಿ ಪ್ಯಾಲೆಸ್ತೀನಿಯರು ಇಸ್ರೇಲ್ ಮತ್ತು ಆಕ್ರಮಿತ ಪ್ರದೇಶಗಳಲ್ಲಿ ವಾಸಿಸುತ್ತಿದ್ದಾರೆ. ಇಸ್ರೇಲಿನಲ್ಲಿ ವಾಸಿಸುವ ಯಹೂದಿಗಳ ಸಂಖ್ಯೆ ಸಹ ಸುಮಾರು ಅಷ್ಟೇ ಎಂಬುದು ಗಮನಾರ್ಹ. ಸುಮಾರು 17 ಲಕ್ಷ ಪ್ಯಾಲೆಸ್ತೀನಿಯರು ಇಸ್ರೇಲಿನ ಒಳಗೆ ವಾಸಿಸುತ್ತಿದ್ದಾರೆ. ಪಶ್ಚಿಮ ದಂಡೆ ಪ್ರದೇಶದಲ್ಲಿ 27.5 ಲಕ್ಷ, ಗಾಜಾ ಪಟ್ಟಿಯಲ್ಲಿ 17.5 ಲಕ್ಷ ವಾಸಿಸುತ್ತಿದ್ದಾರೆ. ಈಗ ಪ್ಯಾಲೆಸ್ತೀನ್ ಪ್ರಾಧಿಕಾರ ಪಶ್ಚಿಮ ದಂಡೆಯ ಕೇವಲ ಶೇ. 39 ಪ್ರದೇಶಗಳ (ಅದರಲ್ಲೂ ಶೇ.11 ಮಾತ್ರ ಪೂರ್ಣವಾಗಿ, ಉಳಿದ ಶೇ. 28 ಜಂಟಿ) ನಿಯಂತ್ರಣ ಮಾಡುತ್ತಿದೆ. ಮೂಲ ಪ್ಯಾಲೆಸ್ತೀನ್ ಪ್ರದೇಶದ ಕೇವಲ ಶೇ. 9 ಪ್ರದೇಶ ಮಾತ್ರ ಪ್ಯಾಲೆಸ್ತೀನಿಯರ ಸ್ವಯಮಾಡಳಿತಕ್ಕೆ ಒಳಪಟ್ಟಿದೆ.

ಸುಮಾರು 60 ಲಕ್ಷದಷ್ಟು ಪ್ಯಾಲೆಸ್ತೀನಿಯರು ವಿದೇಶಗಳಲ್ಲಿ ವಾಸಿಸುತ್ತಿದ್ದಾರೆ. ಅದರಲ್ಲಿ ಸುಮಾರು ಅರ್ಧದಷ್ಟು (32 ಲಕ್ಷ) ಜೋರ್ಡಾನಿನಲ್ಲಿ ವಾಸಿಸುತ್ತಿದ್ದಾರೆ. ಒಟ್ಟು ಸುಮಾರು 50 ಲಕ್ಷ ನೆರೆಯ ಅರಬ್ ದೇಶಗಳಲ್ಲಿ ಹೆಚ್ಚಾಗಿ ನಿರಾಶ್ರಿತರ ಶಿಬಿರಗಳಲ್ಲಿ ವಾಸಿಸುತ್ತಿದ್ದಾರೆ. ಇವರಲ್ಲಿ ಹೆಚ್ಚಿನವರು ಪ್ಯಾಲೆಸ್ತೀನ್ ನೋಡೇ ಇರದಿದ್ದರೂ, ತಮ್ಮ ಊರುಗಳಿಗೆ ಮರಳುವ ಆಸೆ ಇಟ್ಟುಕೊಂಡಿದ್ದಾರೆ. ಇದು ಪ್ಯಾಲೆಸ್ತೀನ್ ಪ್ರಶ್ನೆಯ ಅತ್ಯಂತ ಕ್ಲಿಷ್ಟ ಭಾಗ.

ಅನುಬಂಧ-5

20 ಲಕ್ಷ ಪ್ಯಾಲೇಸ್ತೀನ್ನರ ನರಮೇಧ

ಯಹೂದಿಗಳಿಗೆ ನಾಜಿಗಳು ಏನು ಮಾಡಿದರೋ, ಅದನ್ನೇ ಜಿಯೋನಿಸ್ಟ್ ಯಹೂದಿಗಳು ಪ್ಯಾಲೆಸ್ಟೀನ್ ಅರಬರಿಗೆ ಮಾಡುವುದು ನನಗೆ ಅತ್ಯಂತ ವಿಷಾದದ ಸಂಗತಿ

- ಅಲ್ಬರ್ಟ್ ಐನ್‌ಸ್ಟೀನ್

(ಪ್ರಸಿದ್ಧ ಭೌತವಿಜ್ಞಾನಿ-ಹುಟ್ಟಿನಿಂದ ಯಹೂದಿ)

19ನೇ ಶತಮಾನದಿಂದಲೂ ಯುರೋಪಿನಲ್ಲಿ ಇದ್ದ ಯೆಹೂದಿ-ದ್ವೇಷ ಎರಡನೇ ಮಹಾಯುದ್ಧದ ಅವಧಿಯಲ್ಲಿ ತಾರಕಕ್ಕೇರಿ 60 ಲಕ್ಷ ಯೆಹೂದಿಗಳ ಮಾರಣಹೋಮವಾಗಿತ್ತು. ಇಸ್ರೇಲ್ ದೇಶವನ್ನು ಈ ನೆಲೆಯಲ್ಲಿ ಸಮರ್ಥಿಸುವ ಉಗ್ರಗಾಮಿ ಜಿಯೋನಿಸ್ಟ್ ಚಳುವಳಿ ಮತ್ತು ಅದರ ವಾರಸುದಾರ ಇಸ್ರೇಲಿ ಸರಕಾರ ಹಾಗೂ ಅದರ ಬೆಂಬಲಿಗರು, ಪ್ಯಾಲೇಸ್ತೀನ್ನರ ಮೇಲೆ ಅದೇ ರೀತಿಯ ನರಮೇಧ ನಡೆಸುತ್ತಿದ್ದಾರೆ ಎಂಬುದು ಇತಿಹಾಸದ ವ್ಯಂಗ್ಯ.

ಒಂದು ಮಾನವ ಹಕ್ಕುಗಳ ಸಂಘಟನೆಯ ಅಂದಾಜು ಪ್ರಕಾರ 1936ರಿಂದ ಈವರೆಗೆ 20 ಲಕ್ಷ ಪ್ಯಾಲೆಸ್ಟಿನ್ನರು ಜಿಯೋನಿಸ್ಟರ, ಇಸ್ರೇಲಿ ಸರಕಾರದ ಹಾಗೂ ಅವರ

ಬೆಂಬಲಿಗರ ದಾಳಿ ಹಾಗು ಇತರ ಕುಕೃತ್ಯಗಳಿಂದ ಸತ್ತಿದ್ದಾರೆ– ಒಂದು ಲಕ್ಷ ಯುದ್ಧ ದಂಗೆಗಳಲ್ಲಿ ನೇರ ಹಿಂಸಾಚಾರದಿಂದ, ಇನ್ನುಳಿದವರು ನಿರಾಶ್ರಿತರಾಗಿ ಅನುಭವಿಸಿದ ಪರೋಕ್ಷ ಹಿಂಸಾಚಾರಗಳಿಂದ ಮತ್ತು ತೀವ್ರವಾಗಿ ಗಾಯಗೊಂಡವರಿಗೆ ಚಿಕಿತ್ಸೆ ಸಿಗದೆ, ಆಕ್ರಮಿತ ಪ್ರದೇಶಗಳಲ್ಲಿ ಮತ್ತು ನಿರಾಶ್ರಿತರ ಶಿಬಿರಗಳಲ್ಲಿ ದಿಗ್ಬಂಧನ ಮುಂತಾದ ಕಾನೂನುಬಾಹಿರ ಕ್ರಮಗಳಿಂದ ಆಹಾರ ಮುಂತಾದ ಮೂಲಭೂತ ಮಾನವ ಆವಶ್ಯಕತೆಗಳು ಸಿಗದೆ ಇತ್ಯಾದಿ ನರಳಿ ನರಳಿ ಸತ್ತಿದ್ದಾರೆ. ಒಟ್ಟು 70 ಲಕ್ಷ ಪ್ಯಾಲೆಸ್ತೀನ್ನರು ನಿರಾಶ್ರಿತರಾದರು. ಆಕ್ರಮಿತ ಪ್ಯಾಲೇಸ್ತೀನ್‌ನಲ್ಲಿ ವಾಸಿಸುವ ಸುಮಾರು 41 ಲಕ್ಷ ಜನ ಎಲ್ಲಾ ಮಾನವ ಹಕ್ಕುಗಳಿಂದ ವಂಚಿತರಾದವರು. 9 ಲಕ್ಷ ಮಕ್ಕಳು ಗಾಜಾ ಎಂಬ ದೊಡ್ಡ 'ಹಿಟ್ಲರನ ಯಹೂದಿ ಕ್ಯಾಂಪು'ಗಳನ್ನು ನೆನಪಿಗೆ ತರುವ ಮೆಗಾ ಕ್ಯಾಂಪಿನಲ್ಲಿ ಬಂಧಿತರಾಗಿದ್ದಾರೆ.

ಅನುಬಂಧ-6

ಪ್ಯಾಲೆಸ್ತೀನ್ ವಿಮೋಚನಾ ಹೋರಾಟ

ನಾನು ಒಂದು ಕೈಯಲ್ಲಿ ಹೂವು ಮತ್ತು ಇನ್ನೊಂದು ಕೈಯಲ್ಲಿ ಗನ್ ಹಿಡಿದು ಬಂದಿದ್ದೇನೆ. ನನ್ನ ಕೈಯಲ್ಲಿರುವ ಹೂವು ಬೀಳದಂತೆ ನೋಡುವುದು ನಿಮ್ಮ ಜವಾಬ್ದಾರಿ

- ಯಾಸೆರ್ ಅರಾಫತ್

1947ರ ವಿಶ್ವಸಂಸ್ಥೆಯ ಪ್ಯಾಲೆಸ್ತೀನ್ ವಿಭಜನೆ ಯೋಜನೆ ಪ್ಯಾಲೆಸ್ತೀನ್ ಜನತೆಗೆ ಬಗೆದ ದ್ರೋಹವಾಗಿತ್ತು. ಆ ಮೇಲೆ ಜಿಯೋನಿಸ್ಟರು ನಡೆಸಿದ ಯುದ್ಧ ಪ್ಯಾಲೆಸ್ತೀನ್ನರನ್ನು ರೊಚ್ಚಿಗೆಬ್ಬಿಸಿತ್ತು. ಅವರ ಭೂಮಿ, ತಾಯ್ನಾಡು ಕಸಿದು ವಲಸೆಗಾರ ಯಹೂದಿಗಳಿಗೆ ಕೊಡುವುದು ಅನ್ಯಾಯಯುತ ಹಾಗೂ ಅಂತರ್ರಾಷ್ಟ್ರೀಯ ನಿಯಮಗಳಿಗೆ ವಿರುದ್ಧವಾಗಿತ್ತು. ಅದರ ವಿರುದ್ಧ ಪ್ರತಿರೋಧ ಒಡ್ಡುವ ಮತ್ತು ಹೋರಾಟ ಮಾಡುವ ಗುಂಪುಗಳು ಹುಟ್ಟಿ ಕೊಂಡವು. ಆಗ ನೆರೆಯ ಅರಬ್ ದೇಶಗಳಲ್ಲಿ ಸಾಮ್ರಾಜ್ಯಶಾಹಿ-ವಿರೋಧಿ ಅರಬ್ ರಾಷ್ಟ್ರೀಯವಾದಿ ಸರಕಾರಗಳಿದ್ದು ಅವು ಪ್ಯಾಲೆಸ್ತೀನ್ನರ ಹೋರಾಟವನ್ನು ಬೆಂಬಲಿಸಿದವು. 1964ರಲ್ಲಿ ಆಗ ರಾಷ್ಟ್ರೀಯವಾದಿ ಅರಬ್ ಲೀಗ್ ಎಲ್ಲಾ ಪ್ಯಾಲೆಸ್ತೀನಿ ರಾಜಕೀಯ-ಗೆರಿಲ್ಲಾ ಗುಂಪುಗಳ ಸಭೆ ಕರೆದು ಪಿ.ಎಲ್.ಒ. (ಪ್ಯಾಲೆಸ್ತೀನ್ ವಿಮೋಚನಾ ಸಂಘಟನೆ) ಸ್ಥಾಪಿಸಿತು. ಇದರ ಮುಖ್ಯ ಗುಂಪು ಫತಾ ಎಂಬ ಯಾಸೆರ್ ಅರಾಫತ್ ನಾಯಕತ್ವದ ಗುಂಪಾಗಿದ್ದು ಇನ್ನೂ ಹಲವು ರಾಷ್ಟ್ರೀಯವಾದಿ, ಎಡ, ಕಮ್ಯುನಿಸ್ಟ್ ಗುಂಪುಗಳೂ ಇದ್ದವು. ಇವುಗಳಲ್ಲಿ ಪ್ರಮುಖವಾದವು ಎಂದರೆ – ಮಾರ್ಕ್ಸ್‌ವಾದಿ ಸಮರಶೀಲ ಗುಂಪುಗಳಾದ ಪಿ.ಎಫ್.ಎಲ್.ಪಿ.(ಪೊಪ್ಯುಲರ್ ಫ್ರಂಟ್ ಫಾರ್ ಲಿಬರೇಶನ್ ಆಫ್ ಪ್ಯಾಲೆಸ್ಟೀನ್) ಹಾಗೂ ಡಿ.ಎಫ್.ಎಲ್.ಪಿ.(ಡೆಮೊಕ್ರಾಟಿಕ್ ಫ್ರಂಟ್ ಫಾರ್ ಲಿಬರೇಶನ್ ಆಫ್ ಪ್ಯಾಲೆಸ್ಟೀನ್), ಪಿ.ಪಿ.ಪಿ. (ಪ್ಯಾಲೆಸ್ಟೀನ್ ಪೀಪಲ್ಸ್ ಪಾರ್ಟಿ). ಎಲ್ಲಾ ಗುಂಪುಗಳು ಸೆಕ್ಯುಲರ್ ಆಗಿದ್ದವು. ಸೋವಿಯೆಟ್ ಒಕ್ಕೂಟ ಸಹ ಪಿ.ಎಲ್.ಒ.ಗೆ ಬೆಂಬಲ ನೆರವು

ನೀಡುತ್ತಿತ್ತು. ಯಾಸೆರ್ ಅರಾಫತ್ ಪಿ.ಎಲ್.ಒ. ದ ಮತ್ತು ಪ್ಯಾಲೆಸ್ತೀನ್ ಜನತೆಯ ಅತ್ಯಂತ ಜನಪ್ರಿಯ ನಾಯಕರಾಗಿದ್ದರು.

ಪಿ.ಎಲ್.ಒ. ಪ್ಯಾಲೆಸ್ತೀನ್ ವಿಮೋಚನೆಗೆ ಹೋರಾಡುವ ಗುಂಪುಗಳ ಸಂಯುಕ್ತ ರಂಗವಾಗಿತ್ತು. ಪಿ.ಎಲ್.ಒ. ಯಹೂದಿ ದೇಶವಾಗಿ ಇಸ್ರೇಲನ್ನು ಮಾನ್ಯ ಮಾಡಲಿಕ್ಕೆ ಸಿದ್ಧವಿರಲಿಲ್ಲ. ಅದು 1946ರವರೆಗೆ ಇದ್ದ ಬ್ರಿಟಿಶ್ ಮ್ಯಾಂಡೇಟಿನ ಗಡಿಗಳಿರುವ ಸ್ವತಂತ್ರ ಅವಿಭಜಿತ ಪ್ಯಾಲೆಸ್ತೀನ್ ದೇಶಕ್ಕಾಗಿ ಒತ್ತಾಯಿಸುತ್ತಿತ್ತು. ಅದನ್ನು ಸಶಸ್ತ್ರ ಹೋರಾಟದಿಂದ ಪಡೆಯುವುದು ಅದರ ಗುರಿಯಾಗಿತ್ತು. 1948ರ ಯುದ್ಧದ ನಂತರ ದೇಶಾಂತರಕ್ಕೆ ಹೋದ 5 ಲಕ್ಷ ನಿರಾಶ್ರಿತರು ದೇಶಕ್ಕೆ ಮರಳಿ ಅವರ ಭೂಮಿಯಲ್ಲಿ ವಾಸಿಸುವುದು ಅವರ ಹಕ್ಕು ಎಂದು ಪ್ರತಿಪಾದಿಸುತ್ತಿತ್ತು. ಇಸ್ರೇಲಿ ಪ್ರಭುತ್ವದ ಮತ್ತು ಅದರ ಪ್ರತಿನಿಧಿಗಳ ವಿರುದ್ಧ ದೇಶದ ಒಳಗೂ ಹೊರಗೂ ಸಶಸ್ತ್ರ ಹೋರಾಟ ಅದರ ತಂತ್ರವಾಗಿತ್ತು. 1960, 70, 80ರ ದಶಕದಲ್ಲಿ ಅದು ಸುಮಾರು 30 ಸಾವಿರ ಗೆರಿಲ್ಲಾ ಪಡೆಗಳನ್ನು ಹೊಂದಿತ್ತು. 1967–1972 ರವರೆಗೆ ಜೋರ್ಡಾನಿನಲ್ಲಿ, 1972–1982 ವರೆಗೆ ಲೆಬನಾನಿನಲ್ಲಿ, 1982–1993ರವರೆಗೆ ಟುನಿಶಿಯಾದಲ್ಲಿ ಮುಖ್ಯ ಕಚೇರಿ ಹೊಂದಿತ್ತು. ಪಿ.ಎಲ್.ಒ. ವನ್ನು ಪ್ಯಾಲೆಸ್ತೀನ್ನರ ಏಕಮಾತ್ರ ಕಾನೂನುಬದ್ಧ ಪ್ರತಿನಿಧಿಯಾಗಿ 100ಕ್ಕೂ ಹೆಚ್ಚು ದೇಶಗಳು ಮಾನ್ಯ ಮಾಡಿದ್ದವು.

ಇಸ್ರೇಲಿ ಆಕ್ರಮಿತ ಪ್ರದೇಶದಲ್ಲಿ ಮೊದಲ ಇಂತಿಫದಾ (1987–1993)ವನ್ನು ಪಿ.ಎಲ್.ಒ. ನೇರವಾಗಿ ಸಂಘಟಿಸದಿದ್ದರೂ, ಅದರ ಭಾಗವಾದ 4 ಪ್ರಮುಖ ಗುಂಪುಗಳು ದಂಗೆ ಆರಂಭವಾದ ಮೇಲೆ ಅದರ ನಾಯಕತ್ವ ವಹಿಸಿ ಇಸ್ರೇಲ್ ಪ್ರಭುತ್ವವನ್ನು ಹಣ್ಣುಗಾಯಿ ಮಾಡುವಲ್ಲಿ ಮತ್ತು ಅಂತರ್ರಾಷ್ಟ್ರೀಯ ಗಮನ ಸೆಳೆಯುವಲ್ಲಿ ಸಫಲವಾಗಿದ್ದವು.. ಇಂತಿಫದಾ ನಡೆಯುತ್ತಿದ್ದಾಗ 1988ರಲ್ಲಿ ಪಿ.ಎಲ್.ಒ. ಪ್ಯಾಲೆಸ್ತೀನ್ ಸ್ವಾತಂತ್ರ್ಯ ಘೋಷಣೆ ಮಾಡಿತು. ಆದರೆ ಇಷ್ಟು ಹೊತ್ತಿಗೆ ಒಂದು ಕಡೆ ಅರಬ್

ದೇಶಗಳಲ್ಲಿ ರಾಷ್ಟ್ರೀಯವಾದಿ ಸಾಮ್ರಾಜ್ಯಶಾಹಿ–ವಿರೋಧಿ ಶಕ್ತಿಗಳಿಗೆ ಹಿನ್ನಡೆಯಾಗಿ ಅರಬ್ ಆರ್ಥಿಕ–ಮಿಲಿಟರಿ ಬೆಂಬಲ ಕ್ಷೀಣಿಸಿತ್ತು. ಇನ್ನೊಂದು ಕಡೆ 1980ರ ದಶಕದಲ್ಲಿ ಇಸ್ಲಾಮಿಕ್ ಉಗ್ರವಾದಿ ಧೋರಣೆಗಳು ಮತ್ತು ಗುಂಪುಗಳು ಪ್ಯಾಲೆಸ್ತೀನಿಯರಲ್ಲೂ ಬೆಂಬಲ ಪಡೆದು ಬಲಗೊಳ್ಳಹತ್ತಿತ್ತು. ಅವು ಪಿ.ಎಲ್.ಒ.ವನ್ನು ವಿರೋಧಿಸುತ್ತಾ, ದ್ವೇಷಿಸುತ್ತಾ ಅವುಗಳ ಜತೆ ಪೈಪೋಟಿಗೆ ಇಳಿದಿದ್ದವು. ಅವುಗಳಿಗೆ ಲೆಬನಾನಿನ ಇಸ್ಲಾಮಿಕ್ ಗುಂಪುಗಳ ಬೇಂಬಲವೂ ಇತ್ತು. ಸೆಕ್ಯುಲರ್ ಪಿ.ಎಲ್.ಒ.ವನ್ನು ಮಣಿಸುವುದು ಅಮೆರಿಕ–ಇಸ್ರೇಲಿ ತಂತ್ರವೂ ಆಗಿತ್ತು. ಈ ಹೊತ್ತಿಗೆ ಪಿ.ಎಲ್.ಒ.ದ ಮುಖ್ಯ ಭಾಗವಾದ ಫತಾ ಗುಂಪಿನ ಸಮರಶೀಲತೆಯೂ ಇಳಿದಿತ್ತು.

ಮೊದಲ ಇಂತಿಫದಾದ ವೈಫಲ್ಯದ ನಂತರ ಅರಾಫತ್ ಮತ್ತು ಫತಾ ರಹಸ್ಯ ಮಾತುಕತೆಗಳನ್ನು ನಡೆಸಿ 1993 ಒಸ್ಲೊ ಒಪ್ಪಂದ ಆಯಿತು. ಹೆಸರಿಗೆ ಪಿ.ಎಲ್.ಒ. ಪ್ಯಾಲೆಸ್ತೀನಿ ಪ್ರದೇಶಗಳಿಗೆ 'ಪ್ಯಾಲೆಸ್ತೀನಿ ಪ್ರಾಧಿಕಾರ' (ಅಥವಾ ಸರಕಾರ) ಆಯಿತು. ಆದರೆ ಇಸ್ರೇಲ್ ಒಸ್ಲೊ ಒಪ್ಪಂದದ ಮುಖ್ಯ ಭಾಗವಾದ ಪ್ಯಾಲೆಸ್ತೀನಿ ಪ್ರದೇಶಗಳಿಂದ ಯಹೂದಿ ವಸತಿ ತೆರವು ಆರಂಭಿಸಲೇ ಇಲ್ಲ. ಬದಲಾಗಿ ಹೆಚ್ಚೆಚ್ಚು ವಸತಿಗಳು ಬಂದವು. ಇದರಿಂದ ಮುಂದೆ ಎರಡನೇ ಇಂತಿಫದಾ ಆರಂಭವಾಯಿತು. ಆದರೆ 'ಪ್ಯಾಲೆಸ್ತೀನಿ ಪ್ರಾಧಿಕಾರ' ಮತ್ತು ಪಿ.ಎಲ್.ಒ. (ಅದರಲ್ಲೂ ಪ್ರಮುಖ ಫತಾ ಗುಂಪಿನ) ರಾಜಕೀಯ–ಮಿಲಿಟರಿ ಬಲ ಕಡಿಮೆಯಾಗುತ್ತಾ ಉಗ್ರ ಇಸ್ಲಾಮಿಕ್ ಗುಂಪುಗಳ ಅದರಲ್ಲೂ ಹಾಮಾಸ್‌ನ ಬಲ ಬೆಂಬಲ ಹೆಚ್ಚಾಗುತ್ತಾ ಹೋಯಿತು. ಎರಡನೇ ಇಂತಿಫದಾ ನಂತರ ಇಸ್ರೇಲ್ ಆರಂಭಿಸಿದ ದೀರ್ಘ ಎತ್ತರದ ಗೋಡೆ ನಿರ್ಮಾಣ ಪ್ಯಾಲೆಸ್ತೀನ್ನರನ್ನು ಇನ್ನಷ್ಟು ಕೆರಳಿಸಿತು. 2006ರಲ್ಲಿ ನಡೆದ ಚುನಾವಣೆಯಲ್ಲಿ ಹಾಮಾಸ್ ಗಾಜಾ ಪಟ್ಟಿಯಲ್ಲಿ ಚುನಾವಣಾ ಗೆಲುವಿನ ನಂತರ ಇಸ್ರೇಲ್ ಗಾಜಾದ ಮೇಲೆ ಭೀಕರ ದಾಳಿಗಳ ಸರಣಿಯನ್ನೇ ಆರಂಭಿಸಿದೆ.

ಸನ್ನಿವೇಶ ಎಷ್ಟೇ ಪ್ರತಿಕೂಲವಾಗಿದ್ದರೂ ಪ್ಯಾಲೆಸ್ತೀನ್ನರ ವಿಮೋಚನಾ ಹೋರಾಟ ಮುಂದುವರೆದಿದೆ.

ಅನುಬಂಧ-7

ಬರ್ಲಿನ್ ಗೋಡೆ VS. ಇಸ್ರೇಲಿ ಗೋಡೆ

ಗಾಜಾ ಪಟ್ಟಿ ಮತ್ತು ಆಕ್ರಮಿತ ಪ್ರದೇಶಗಳ ಸುತ್ತ ಗೋಡೆ ಕಟ್ಟುವ ಯೋಜನೆಯನ್ನು 2006ರಲ್ಲಿ ಆರಂಭಿಸಿತು. ಬರ್ಲಿನ್ ಗೋಡೆಯನ್ನು ಎತ್ತರದಲ್ಲೂ ಉದ್ದದಲ್ಲೂ ಹಲವು ಪಟ್ಟಿನಿಂದ ಮೀರಿಸುವ ಗೋಡೆ ಇದಾಗಿದೆ. ಬರ್ಲಿನ್ ಗೋಡೆ ಮೂರುವರೆ ಮೀಟರ್ ಎತ್ತರ ಹಾಗೂ 155 ಕಿ.ಮಿ.ಉದ್ದದಾಗಿತ್ತು. ಇಸ್ರೇಲಿ ಗೋಡೆ ಗೋಡೆ ಎಂಟು ಮೀಟರ್ ಎತ್ತರ ಹಾಗೂ 650 ಕಿ.ಮಿ. ಉದ್ದದಾಗಿದೆ. ಈ ಗೋಡೆ ಅಂತರ್‍ರಾಷ್ಟ್ರೀಯ ಗಡಿನೂ ಅಲ್ಲ. ಪ್ಯಾಲೆಸ್ತೀನ್ ಪ್ರದೇಶಗಳ ಮೇಲೆ ಅಂತರ್‍ರಾಷ್ಟ್ರೀಯ ನಿಯಮಗಳಿಗೆ ವಿರುದ್ಧವಾಗಿ ಕಟ್ಟಿದ್ದು. ಲಕ್ಷಾಂತರ ಪ್ಯಾಲೆಸ್ತೀನಿಯರು ಈ ಗೋಡೆಗಳ ಹಿಂದೆ ಪ್ರತ್ಯೇಕ ಶಿಬಿರಗಳಲ್ಲಿ ವಸತಿರಹಿತ ಜಾಗಗಳಲ್ಲಿ ಜೀವಿಸಬೇಕಾಗಿದೆ. ಸುಮಾರು 2 ಲಕ್ಷಕ್ಕೂ ಮೀರಿದ ಪ್ಯಾಲೇಸ್ತೀನ್ ರೈತರನ್ನು ಅವರು ಸಾಗುವಳಿ ಮಾಡುತ್ತಿದ್ದ ಭೂಮಿಯಿಂದ ಹೊರಹಾಕಲಾಗಿದೆ. ಈ ಗೋಡೆಯ ನಿರ್ಮಾಣಕ್ಕಾಗಿ ಹಾಗೂ ಗೋಡೆಯ ಉದ್ದಕ್ಕೂ ತಪಾಸಣೆಗಾಗಿ ಮತ್ತು ಕಾವಲಿಗಾಗಿ ನಿರ್ಮಾಣ ಮಾಡಿರುವ ಠಾಣೆಗಳಿಂದಾಗಿ ಸುಮಾರು 1,15 ಲಕ್ಷ ಪ್ಯಾಲೇಸ್ತೀನ್ನರನ್ನು ಸ್ಥಳಾಂತರಗೊಳಿಸಲಾಗಿದೆ. ಪ್ಯಾಲೆಸ್ತೀನರು ಈ ಗೋಡೆಯಿಂದಾಗಿ ದಿನನಿತ್ಯವೂ ಗುರುತಿನ ತಪಾಸಣೆ, ದೇಹ ಪರೀಕ್ಷೆ, ಅವಹೇಳನ, ತಿರಸ್ಕಾರ, ಸಾವುಗಳನ್ನು ಎದುರಿಸಬೇಕಾಗಿದೆ. ಇದು ಎಲ್ಲಾ ಮಾನವ ಹಕ್ಕುಗಳನ್ನು ಉಲ್ಲಂಘಿಸುವ ಗೋಡೆ. ಆದರೆ ಬರ್ಲಿನ್ ಗೋಡೆಯ ವಿರುದ್ಧ ಪ್ರಚಾರ-ಪ್ರತಿಭಟನೆ ಮಾಡಿದ ಮಾನವ ಹಕ್ಕುಗಳ ಪ್ರತಿಪಾದಕರು ಮತ್ತು ಸ್ವಾತಂತ್ರ್ಯದ ಹರಿಕಾರರು ಈ ಬಗ್ಗೆ ಉಸಿರೆತ್ತುತ್ತಿಲ್ಲ.

ಅನುಬಂಧ-8

ಗಾಜಾ ನರಮೇಧ 2008-9

ಇಸ್ರೇಲ್ ಯಾವುದೇ ವಾಯುಪಡೆ, ವಿಮಾನದಾಳಿ-ರಕ್ಷಣಾ ಪಡೆ, ನೌಸೇನೆ, ಭಾರೀ ಶಸ್ತ್ರಾಸ್ತ್ರಗಳು, ತೋಪುಗಳು, ಯಾಂತ್ರೀಕೃತ ಯುದ್ಧವಾಹನಗಳು, ಟ್ಯಾಂಕುಗಳು, ಭೂಸೇನೆಯೇ ಇಲ್ಲದ ಜನನಿಬಿಡ ನಿರಾಶ್ರಿತರ ಕ್ಯಾಂಪುಗಳು, ಶಾಲೆಗಳು, ಮನೆಗಳು, ಮಸೀದಿಗಳು ಮತ್ತು ಕೊಂಪೆಗಳಲ್ಲಿ ಇರುವ ಜನರ ಮೇಲೆ, ಬಾಂಬು ಹಾಕಲು ಸುಸಜ್ಜಿತ ಅತ್ಯಾಧುನಿಕ ಯುದ್ಧಜೆಟ್‌ಗಳನ್ನು ಮತ್ತು ಯುದ್ಧ ನೌಕೆಗಳನ್ನು ಬಳಸುತ್ತದೆ .. .. .. ಮತ್ತು ಅದನ್ನು ಯುದ್ಧ ಎಂದು ಕರೆಯುತ್ತದೆ. ಅದು ಯುದ್ಧವಲ್ಲ. ಅದು ಕಗ್ಗೊಲೆ ಅಲ್ಲದೆ ಬೇರೇನಲ್ಲ.

– ನೋಮ್ ಚೋಮ್ಸ್ಕಿ

(ಪ್ರಸಿದ್ಧ ಅಮೇರಿಕನ್ ಚಿಂತಕ-ಹುಟ್ಟಿನಿಂದ ಯಹೂದಿ)

2008–9ರಲ್ಲಿ ಗಾಜಾಪಟ್ಟಿಯಲ್ಲಿ ನಡೆದ 23 ದಿನಗಳ ಇಸ್ರೇಲಿ ದಾಳಿಯಲ್ಲಿ ಸುಮಾರು 1,300 ಪ್ಯಾಲೇಸ್ತೀನಿಯರು ಮರಣ ಹೊಂದಿದರು. ಸುಮಾರು ಐದು ಸಾವಿರ ಜನ ಯುದ್ಧದಿಂದ ಗಾಯಗೊಂಡರು. ಮೃತರಲ್ಲಿ ಸುಮಾರು 300 ಜನ ಹೆಂಗಸರು ಮತ್ತು ಮಕ್ಕಳು. ಇಡೀ ಗಾಜಾ ಪಟ್ಟಣದ ಮೂಲ ನಾಗರೀಕ ಸೌಲಭ್ಯಗಳಾದ ಶಾಲೆ, ಕಾಲೇಜು, ಆಸ್ಪತ್ರೆ, ನೀರು ಸರಬರಾಜು, ರಸ್ತೆ ಮುಂತಾದವುಗಳನ್ನು ಧ್ವಂಸಗೊಳಿಸಲಾಯಿತು. ಬಾಂಬು ಮತ್ತು ಶೆಲ್ಲುಗಳ ಮೂಲಕ 26 ಸಾವಿರಕ್ಕೂ ಮಿಗಿಲಾಗಿ ಮನೆಗಳನ್ನು ನೆಲಸಮಗೊಳಿಸಲಾಯಿತು. ಗಾಜಾ ಪಟ್ಟಣದಲ್ಲಿ ವಿದ್ಯುತ್ ಮತ್ತು ನೀರು ಸರಬರಾಜು ಸಂಪೂರ್ಣ ಸ್ಥಗಿತಗೊಂಡಿತ್ತು. ಔಷಧ ಮತ್ತು ವೈದ್ಯಕೀಯ ಸೇವೆಯ ಸಿಬ್ಬಂದಿಯ ಕೊರತೆ ಎದುರಿಸುತ್ತಿದ್ದ ಆಸ್ಪತ್ರೆಗಳಲ್ಲಿ ರೋಗಿಗಳು, ಗಾಯಾಳುಗಳು ತುಂಬಿ ತುಳುಕುತ್ತಿದ್ದರು. ಜನರಿಗೆ ತಿನ್ನಲು ಯೋಗ್ಯವಾದ ಆಹಾರದ ಕೊರತೆಯಿಂದಾಗಿ ಹಸಿವಿನಿಂದ ಬಳಲುವವರ ಸಂಖ್ಯೆ ಮಿತಿಮೀರಿತ್ತು. ಗಾಜಾದಲ್ಲಿರುವ 15 ಲಕ್ಷಕ್ಕೂ ಹೆಚ್ಚು ಪ್ಯಾಲೇಸ್ತೀನಿಯರು ಹಲವು ತಿಂಗಳುಗಳ ಕಾಲ ಇಸ್ರೇಲ್ ವಿಧಿಸಿರುವ ದಿಗ್ಬಂಧನದಿಂದಾಗಿ ಹಸಿವು ಮತ್ತು ನೀರಡಿಕೆಗಳಿಂದ ಸಾವಿನ ಸನಿಹದಲ್ಲಿದ್ದರು. ಎಲ್ಲಾ ರೀತಿಯ ನೆರವು, ನಾಗರೀಕ ಸೌಲಭ್ಯಗಳಾದ ಔಷಧಿ, ಆಹಾರ, ತಾತ್ಕಾಲಿಕ ವಸತಿ, ರಕ್ಷಣೆ, ಸಂಚಾರ ಮುಂತಾದ ಅಗತ್ಯತೆಗಳು ಜನರಿಗೆ ತಲುಪದಂತೆ ಇಸ್ರೇಲ್ ಇಡೀ ಗಾಜಾ ಪ್ರದೇಶವನ್ನು ಹೊರಪ್ರಪಂಚದಿಂದ ಸಂಪರ್ಕ ಇಲ್ಲದಂತೆ ಕಟ್ಟುಪಾಡು ವಿಧಿಸಿದೆ. ಲಕ್ಷಾಂತರ ಜನರು ಸಾವು, ನೋವು, ಹಸಿವು, ಬಾಯಾರಿಕೆ, ಹೆದರಿಕೆಗಳಿಂದ ಕೆಂಗೆಟ್ಟು ಸಾಯುವಂತೆ ಮಾನವ ಮಾರಣಹೋಮಕ್ಕೆ ಸಕಲ ಸಿದ್ಧತೆ ನಡೆಸಿದೆ. ಸುಮಾರು 60 ವರ್ಷಗಳ ಹಿಂದೆ ಹಿಂಸೆ, ಯುದ್ಧ, ವಿಧ್ವಂಸಕತೆಗಳ ಮಧ್ಯೆ ಹುಟ್ಟಿದ ಇಸ್ರೇಲ್ ತನ್ನ 60ನೇ ಹುಟ್ಟು ಹಬ್ಬವನ್ನು ಅದೇ ರೀತಿ ಆಚರಿಸಿಕೊಂಡಿತ್ತು. ಇದಕ್ಕೆ ಅಮೇರಿಕ, ಯುರೋಪ್ ಕೂಟ ಮತ್ತಿತರ ದೇಶಗಳು ಪ್ಯಾಲೇಸ್ತೀನ್ ಪ್ರದೇಶಗಳಾದ ಗಾಜಾ ಮತ್ತು ಇತರೆ ಪ್ರದೇಶಗಳನ್ನು ಪದೇ ಪದೇ ಅತಿಕ್ರಮಿಸಲು ಹಾಗೂ ಆಕ್ರಮಿತ ಪ್ರದೇಶಗಳನ್ನು ಅದರ ಹಿಡಿತದಲ್ಲಿ ಇಟ್ಟುಕೊಳ್ಳಲು ಬೆಂಬಲ ನೀಡಿದವು.

ಇಸ್ರೇಲ್ ಪ್ರಕಾರ ಅದು ನಡೆಸುವ ಪ್ರತಿಯೊಂದು ದಾಳಿ, ಪ್ರಯೋಗಿಸುವ ಹಿಂಸೆ ತನ್ನ 'ಆತ್ಮರಕ್ಷಣೆಗಾಗಿ' ತಾನು ಯಾವಾಗಲೂ ದಾಳಿಕೋರನಲ್ಲ 'ಬಲಿಪಶು'. ತಾನು ಕೇವಲ ತನ್ನ ಮೇಲೆ ನಡೆಯುವ ಹಲ್ಲೆಗಳನ್ನು 'ಪ್ರತಿರೋಧಿಸುತ್ತೇನೆ' ವಿನಹ ಎಂದೂ 'ಹಲ್ಲೆಮಾಡುವವನಲ್ಲ' ಎಂದು ಹೇಳುತ್ತದೆ. ಈ ಗಾಜಾ ದಾಳಿಯ ಹಿಂದಿನ 10 ವರ್ಷಗಳಲ್ಲಿ ನಡೆದ 20 ಜನ ಇಸ್ರೇಲಿಗಳ ಸಾವಿಗೆ ಪ್ರತಿಯಾಗಿ ಸಾವಿರಾರು ಪ್ಯಾಲೇಸ್ತೀನಿಯರ ಕೊಲೆಯನ್ನು ಸಮರ್ಥಿಸಿಕೊಳ್ಳುವ ಇಸ್ರೇಲ್ ಸರ್ಕಾರದ ನೀತಿ 'ತಿರುಚಿದ ವರ್ಣಭೇದ ನೀತಿಯ ತರ್ಕ' ಎಂದು ಕಲಾ ವಿಮರ್ಶಕ ಹಾಗೂ ಖ್ಯಾತ ಬರಹಗಾರ ಜಾನ್ ಬರ್ಗರ್ ವಿಶ್ಲೇಷಿಸುತ್ತಾನೆ. ಗಾಜಾ ಪ್ರದೇಶದ ಮೇಲೆ ಸತತವಾಗಿ ನಡೆಯುತ್ತಿರುವ ಇಸ್ರೇಲ್ ದಾಳಿಗಳ ಹಿಂದೆ ಗುಪ್ತವಾಗಿ ಹಾಕಿರುವ ಮುಖ್ಯ ಲೆಕ್ಕಾಚಾರ ಬಹಿರಂಗಗೊಂಡಿದೆ. ಅದೆಂದರೆ, ಒಬ್ಬ ಇಸ್ರೇಲಿಯ ಸಾವು ನೂರು ಪ್ಯಾಲೇಸ್ತೀನಿಯರ ಹತ್ಯೆಯನ್ನು ಸಮರ್ಥಿಸುತ್ತದೆ. ಒಬ್ಬ ಇಸ್ರೇಲಿಯ ಜೀವ ನೂರು ಪ್ಯಾಲೆಸ್ತೀನಿಯರ ಜೀವಕ್ಕೆ ಸಮ. ಇದನ್ನೇ ಇಸ್ರೇಲ್ ದೇಶದ ಪ್ರಭುತ್ವ ಮತ್ತು ಹೆಚ್ಚು ಕಡಿಮೆ ಜಗತ್ತಿನ ಮಾಧ್ಯಮಗಳು ಹೇಳುತ್ತಿರುವುದು. 'ನಾವು ಹಾಮಾಸ್‌ನ್ನು ಮಾತ್ರ ಗುರಿಯಾಗಿಟ್ಟುಕೊಂಡು ದಾಳಿ ಮಾಡುತ್ತೇವೆ. ಎಲ್ಲಾ ಹಾಮಾಸ್ ಸದಸ್ಯರನ್ನು ಬರೀ ಯೋಧರನ್ನಲ್ಲ, ಅವರ ಶಿಕ್ಷಕರು, ತರಬೇತಿದಾರರು, ವೈದ್ಯರುಗಳು ಸಹಾ ನಮ್ಮ ಗುರಿಯಾಗಿರುತ್ತಾರೆ. ನಮ್ಮ ಪ್ರಯತ್ನ ಮೀರಿ ನಾಗರೀಕರ ಹತ್ಯಾಕಾಂಡ ಆಗುತ್ತದೆ. ಇದನ್ನು ತಡೆಯಲು ಸಾಧ್ಯವಿಲ್ಲ' ಎನ್ನುತ್ತಾರೆ ಇಸ್ರೇಲಿನ ವಿದೇಶಾಂಗ ಸಚಿವರು. ಆದರೆ ಅವರ ಗುರಿ ಪ್ರತಿ ಇಸ್ರೇಲಿ ಸಾವಿಗೆ ನೂರು ಪ್ಯಾಲೆಸ್ತೀನಿಯರ ಕೊಲೆ.

ವಾಸ್ತವಾಂಶ ಎಲ್ಲರಿಗೂ ಗೊತ್ತಾಗಿದೆ. ಗಾಜಾದಲ್ಲಿರುವ ವಿಶ್ವ ಸಂಸ್ಥೆ ಪರಿಹಾರ ಕೆಲಸಗಳ ಏಜೆನ್ಸಿಯ ಕಾಂಪೌಂಡ್ ಸೇರಿದಂತೆ ಎಲ್ಲಾ ಕಡೆ ನಾಗರೀಕರ ವಿರುದ್ಧ ಇಸ್ರೇಲ್ ಬಿಳಿ ಫಾಸ್ಪರಸ್ ಷೆಲ್ಲುಗಳನ್ನು ಪ್ರಯೋಗಿಸಿತು. ಇಂತಹ ಆಯುಧಗಳನ್ನು ಜನಗಳ ವಿರುದ್ಧ ಬಳಸುವುದನ್ನು ಜಿನೀವಾ ಶೃಂಗಸಭೆ ಪ್ರತಿಬಂಧಿಸಿದೆ. ಭೀಕರ ಅಗ್ನಿ ಅಪಘಾತ, ಗಾಯಗಳನ್ನು ಉಂಟುಮಾಡುವ ಬಿಳಿ ಫಾಸ್ಪರಸ್ ಅಸ್ತ್ರಗಳನ್ನು ಸುಲಭವಾಗಿ ಎದುರಿಸಲು ಸಾಧ್ಯವಾಗುವುದಿಲ್ಲವಾದ್ದರಿಂದ ಇವು ಮಾಡುವ ಅನಾಹುತ ಬೇಗ ತಡೆಯುವುದಕ್ಕೆ ಆಗುವುದಿಲ್ಲ. ಅಲ್ಲದೆ, ಮೂಳೆಯಿಂದ ಮಾಂಸವನ್ನು ಛೇದಿಸುವ ಮಾಂಸಖಂಡವನ್ನು ಛಿದ್ರಗೊಳಿಸುವ ಡೆನ್ಸ್ ಇನರ್ಟ್ ಮೆಟಲ್ ಎಕ್ಸ್‌ಪ್ಲೋಸಿವ್ (ಡಿ.ಐ.ಎಂ.ಇ.) ಎನ್ನುವ ಹೊಸ ಆಯುಧವನ್ನು ಸಹಾ ಇಸ್ರೇಲ್ ಪ್ಯಾಲೆಸ್ತೀನ್ ನಾಗರೀಕರ ವಿರುದ್ಧ ಪ್ರಯೋಗಿಸುತ್ತಿದೆ. ಈ ಡಿ.ಐ.ಎಂ.ಇ ಷೆಲ್ ಸುಮಾರು 5000 ಲೋಹದ ಬಾಣಗಳೋಪಾದಿಯಲ್ಲಿ ಕೆಲಸ ಮಾಡುತ್ತದೆ. ಆ ಮೂಲಕ ನಾಗರೀಕರನ್ನು ಅಪಾರ ಸಂಖ್ಯೆಯಲ್ಲಿ ಗಾಯಾಳುಗಳನ್ನಾಗಿ ಮಾಡುತ್ತದೆ.

ಇಸ್ರೇಲಿ ಸೈನ್ಯ ಈ ರೀತಿಯ ಹೊಸ ಆಯುಧಗಳನ್ನು ಹಾಗೂ ಹಳೆಯ ಕಾನೂನು ಬಾಹಿರ ಆಯುಧಗಳನ್ನು ಬರಿ ನಾಗರಿಕರ ಮೇಲೆ ಪ್ರಯೋಗಿಸಿ ಸಮಾಧಾನ ಪಟ್ಟುಕೊಳ್ಳುವುದಿಲ್ಲ. ಅವುಗಳನ್ನು ಉದ್ದೇಶಪೂರ್ವಕವಾಗಿ ಗುರಿಮಾಡಿ ಆಂಬುಲೆನ್ಸ್, ವೈದ್ಯಕೀಯ ಸಿಬ್ಬಂದಿ, ಆಸ್ಪತ್ರೆ ಮತ್ತು ಶಾಲೆಗಳ ಮೇಲೆ ಸಹಾ ದಾಳಿ ಮಾಡುತ್ತವೆ. ವಿಶ್ವಸಂಸ್ಥೆಯ ಪರಿಹಾರ ಕಾರ್ಯಗಳ ಏಜೆನ್ಸಿ (United Nations Relief and Works Agency) ಸಂಕ್ಷಿಪ್ತವಾಗಿ UNRWA ಎಂದು ಕರೆಯುವ ಅಂತರ್‌ರಾಷ್ಟ್ರೀಯ ಸಂಸ್ಥೆಯ ಕಟ್ಟಡ ಮತ್ತು ಅವರಣದ ಗೋಡೆಗಳನ್ನು ಇಸ್ರೇಲಿ ಸೇನೆ ಉದ್ದೇಶಪೂರ್ವಕವಾಗಿ ತನ್ನ

Bushra Shanan
STOP
MURDERING
CHILDREN

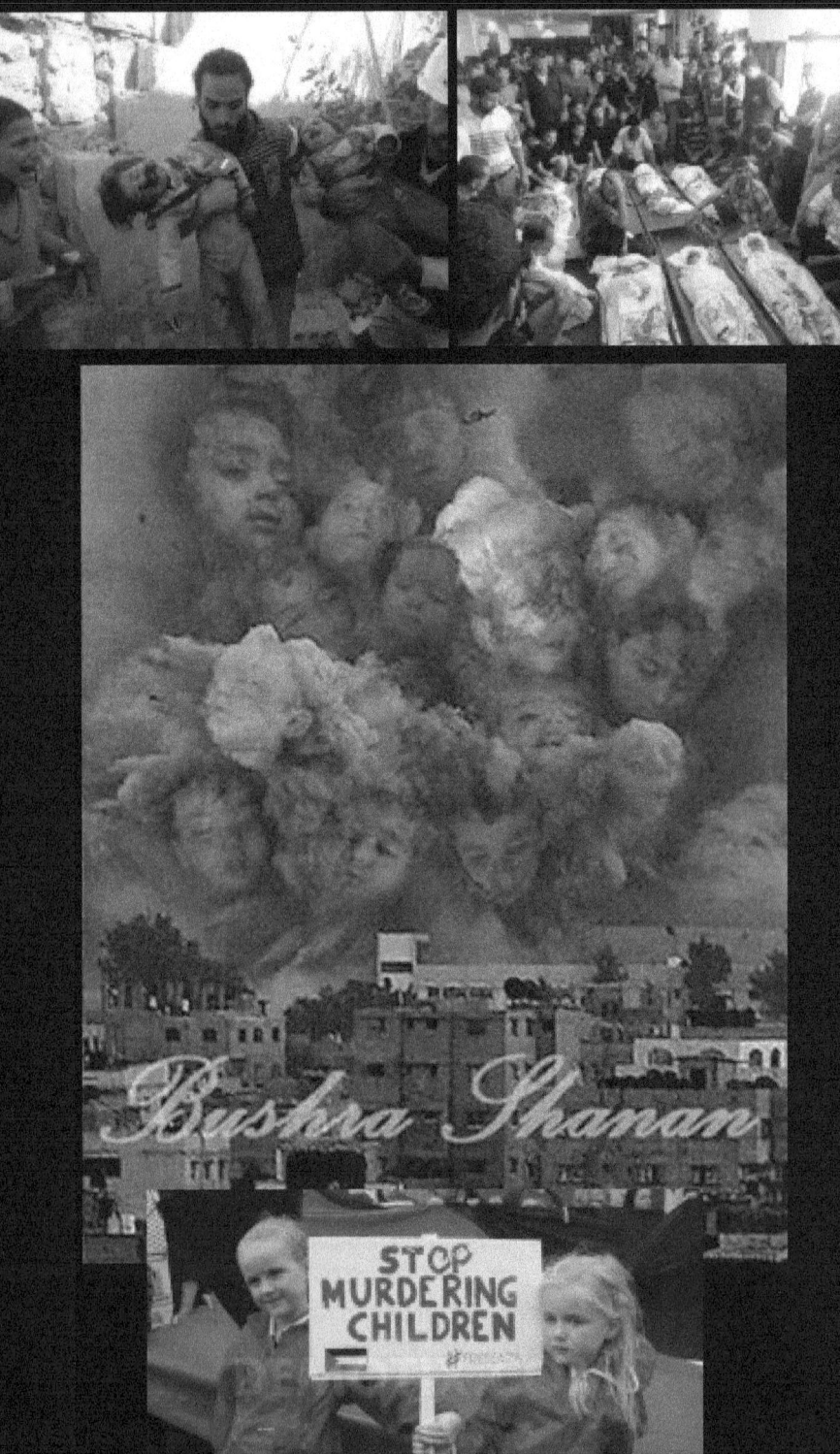

ಗುರಿಯನ್ನಾಗಿಸಿ ಕಾರ್ಯಾಚರಣೆ ಎಸಗಿದೆ ಎಂದು ಸಂಸ್ಥೆಯ ಮೀಡಿಯಾ ನಿರ್ದೇಶಕ ಬಹಿರಂಗ ಹೇಳಿಕೆ ನೀಡಿದ್ದಾರೆ. 23 ದಿನಗಳ ಗಾಜಾ ಯುದ್ಧದಲ್ಲಿ ಇಸ್ರೇಲಿ ಸೇನೆ ವಿಶ್ವ ಸಂಸ್ಥೆಯ ಪರಿಹಾರ ಕೆಲಸಗಳನ್ನು ಅಡ್ಡಿಪಡಿಸುವ ಕೆಲಸವನ್ನು ನಿರಂತರವಾಗಿ ಗಾಜಾ ಮತ್ತು ಪ್ಯಾಲೇಸ್ತೀನ್‌ನಲ್ಲಿ ನಡೆಸಿದೆ ಎಂದು ಸಂಸ್ಥೆ ಇಸ್ರೇಲ್ ಕಾರ್ಯಾಚರಣೆಗಳನ್ನು ಖಂಡಿಸಿದೆ. ಅಲ್–ಜಜೀರಾ ವಾರ್ತಾಸಂಸ್ಥೆ ವರದಿ ಮಾಡಿರುವಂತೆ ವಿಶ್ವಸಂಸ್ಥೆ ಪರಿಹಾರ ಕಾರ್ಯಗಳು ಏಜೆನ್ಸಿಗೆ ಸೇರಿದ 53 ಕೇಂದ್ರಗಳನ್ನು ನಾಶಗೊಳಿಸಲಾಗಿದೆ. ಇಲ್ಲವೇ ನಿರುಪಯುಕ್ತಗೊಳಿಸಲಾಗಿದೆ. ಇವುಗಳಲ್ಲಿ ತುರ್ತು ರಕ್ಷಣೆಗಾಗಿ ಉಪಯೋಗಿಸುತ್ತಿದ್ದ ಆರು ಶಾಲೆಗಳು ಸೇರಿದಂತೆ 37 ಶಾಲೆಗಳು ನೆಲಸಮಗೊಂಡಿವೆ. ಅಲ್ಲದೆ, ಆರು ಆರೋಗ್ಯ ಕೇಂದ್ರಗಳು ಹಾಗೂ ಎರಡು ಉಗ್ರಾಣಗಳು ಈ ಪಟ್ಟಿಯಲ್ಲಿ ಸೇರಿವೆ.

ಗಾಜಾಪಟ್ಟಿಯಲ್ಲಿ ಸೇವೆಸಲ್ಲಿಸುತ್ತಿರುವ ವೈದ್ಯಕೀಯ ಸಿಬ್ಬಂದಿಯ ಮೇಲೆ ನಡೆಯುತ್ತಿರುವ ಆಕ್ರಮಣಗಳನ್ನು ಪ್ಯಾಲೇಸ್ತೀನಿ ಮಾನವ ಹಕ್ಕುಗಳ ಕೇಂದ್ರ ದಾಖಲಿಸಿದೆ. ಇವು ಜಿನೀವಾ ಶೃಂಗಸಭೆ ನಿರ್ಣಯಗಳ ಸ್ಪಷ್ಟ ಉಲ್ಲಂಘನೆ ಎಂದು ಅದರಲ್ಲಿ ವಿವರಿಸಿದೆ. ಗಾಜಾಪಟ್ಟಣದ ನಾಗರೀಕರ ವಿರುದ್ಧ ತನ್ನ ಸೈನಿಕ ಕಾರ್ಯಾಚರಣೆ ಪ್ರಾರಂಭ ಮಾಡಿರುವ ದಿನದಿಂದ ಇದು ಪ್ಯಾಲೇಸ್ತೀನ ವೈದ್ಯಕೀಯ ಸಿಬ್ಬಂದಿ ಸಾವು, ನೋವುಗಳ ನಡುವೆ ತನ್ನ ಕರ್ತವ್ಯ ನಿರ್ವಹಿಸುವ ಅನಿವಾರ್ಯತೆಗೆ ಒಳಗಾಗಿದೆ. ಇಸ್ರೇಲ್ ಸೇನೆ 13 ಜನ ಪ್ಯಾಲೆಸ್ತೀನಿ ವೈದ್ಯಕೀಯ ಸಿಬ್ಬಂದಿಯ ಹತ್ಯೆ ಮಾಡಿರುವುದಲ್ಲದೆ, ಸತ್ತವರನ್ನು–ಗಾಯಾಳುಗಳನ್ನು ಘಟನಾ ಸ್ಥಳದಿಂದ ಚಿಕಿತ್ಸಾ ಶಿಬಿರಗಳಿಗೆ ಸ್ಥಳಾಂತರಿಸುತ್ತಿದ್ದ ಸಿಬ್ಬಂದಿಯ ಮೇಲೆ ಹಲ್ಲೆ ನಡೆಸಿದೆ. ಅನೇಕ ಆಂಬುಲೆನ್ಸ್ ವಾಹನಗಳನ್ನು ದಾಳಿಗೆ ಗುರಿಮಾಡಿದೆ. ಹೀಗಾಗಿ ಇಸ್ರೇಲಿನ ಆಕ್ರಮಣಕ್ಕೆ ಒಳಗಾದ ನಾಗರಿಕರು ಯಾವುದೇ ತುರ್ತು ವೈದ್ಯಕೀಯ ಸಹಾಯ ಲಭ್ಯವಾಗದೆ ಮೃತದೇಹಗಳಾಗಿ ಗಾಯಗೊಂಡ ಅರೆಜೀವಿತ ವ್ಯಕ್ತಿಗಳಾಗಿ ಬೀದಿ ಬದಿಯಲ್ಲಿ ನಾಶಗೊಂಡ ಮನೆಗಳ ಮರೆಯಲ್ಲಿ ಅಸಹಾಯಕತೆಯ ಆಕ್ರಂದನಗಳ ಜೊತೆಯಲ್ಲಿ ಸಹಾಯದ ನಿರೀಕ್ಷೆಯಲ್ಲಿ ಕಾಲ ಕಳಯುವ ದಾರುಣ ಸ್ಥಿತಿ ಉಂಟಾಯಿತು.

ಕಟುಕತನದ ಉದಾಹರಣೆಗಳಾಗಿ ಎರಡು ಘಟನೆಗಳು ಇಸ್ರೇಲಿಗಳ ಮನಸ್ಥಿತಿಯನ್ನು ಸಾಬೀತುಪಡಿಸುತ್ತವೆ. ಮೊದಲನೆಯದು, ಸಾಮಾನ್ಯವಾಗಿ ವಿವಾದಗಳಿಂದ ಸದಾ ದೂರವಿರುವ ಅಂತರಾಷ್ಟ್ರೀಯ ರೆಡ್‌ಕ್ರಾಸ್ ಸಂಸ್ಥೆ ಇಸ್ರೇಲಿ ಸೈನ್ಯದ ವಿರುದ್ಧ ಬಹಿರಂಗವಾಗಿ ಮಾಡಿರುವ ಯುದ್ಧಪರಾಧದ ಆರೋಪ. ಗಾಜಾನಗರದ ಪಕ್ಕದಲ್ಲಿರುವ ಜೈತುನ್ ಪ್ರದೇಶವನ್ನು ಪ್ರವೇಶಿಸಲು ಹಾಗೂ ಅಲ್ಲಿರುವ ಗಾಯಾಳುಗಳನ್ನು ಉಪಚರಿಸಲು ತನಗೆ ಅನುಮತಿ ನೀಡಬೇಕೆಂದು ರೆಡ್‌ಕ್ರೆಸೆಂಟ್ ಸಂಸ್ಥೆ ಇಸ್ರೇಲ್ ಸೇನೆಗೆ ಅದು ಆ ಪ್ರದೇಶವನ್ನು ಅತಿಕ್ರಮಿಸಿದ ದಿನದಿಂದ ಅಂದರೆ ಜನವರಿ 3ನೇ ತಾರೀಕಿನಿಂದ ವಿನಂತಿ ಸಲ್ಲಿಸುತ್ತಿತ್ತು. ಆದರೆ, ಅನುಮತಿ ಸಿಕ್ಕಿದ್ದು ಜನವರಿ 7ನೇ ತಾರೀಖು. ಸಂಸ್ಥೆಯ ಸ್ವಯಂ ಸೇವಕರು ಪ್ರವೇಶಿಸಿದಾಗ ಕಂಡದ್ದು ಹೃದಯ ಕಲಕುವಂಥಾದ್ದು. ಅಲ್ಲಿ ನಾಲ್ಕು ಎಳೆಯ ಕಂದಮ್ಮಗಳು ಗತಿಸಿಹೋದ ತಮ್ಮ ತಾಯಿಯ ದೇಹಗಳಿಗೆ ಅರ್ಧ ಜೀವವಾಗಿ ಒರಗಿ ಬಿದ್ದಿರುವುದನ್ನು. ನಾಲ್ಕು ದಿನಗಳ ಕಾಲ ಆ ಹಸುಳೆಗಳಿಗಾಗಲಿ, ಗಾಯಾಳುಗಳಿಗಾಗಲೇ ಸಹಾಯ ಮಾಡಲು ಇಸ್ರೇಲಿ ಸೈನ್ಯ ರೆಡ್‌ಕ್ರಾಸ್/ರೆಡೆಕ್ರೆಸೆಂಟ್ ಸಂಸ್ಥೆಗಳಿಗೆ ಅವಕಾಶ ನಿರಾಕರಿಸಲು ಕಾರಣ ಏನೆಂದು ಹೊರಜಗತ್ತಿಗೆ ಘಟನೆ ಬಹಿರಂಗವಾಗುವವರೆಗೆ ಮಾತ್ರವಲ್ಲ ಇಂದಿಗೂ ತಿಳಿದಿಲ್ಲ.

ಕೇವಲ 80 ರಿಂದ 100 ಮೀಟರ್ ದೂರದಲ್ಲಿ ತನ್ನ ಕಣ್ಣಿನ ಎದುರಿನಲ್ಲಿ ನಡೆದ ಘಟನೆಗೆ ಇಸ್ರೇಲ್ ಸೈನ್ಯ ನೀಡಿದ ಪ್ರತಿಕ್ರಿಯೆ ನಿಜಕ್ಕೂ ಆಘಾತಕಾರಿಯಾಗಿತ್ತು.

ಎರಡನೇ ಘಟನೆ, ಜಬಾಲ್ಯ ನಿರಾಶ್ರಿತರ ಶಿಬಿರದಲ್ಲಿರುವ ಅಲ್–ಫಖೌರ ವಿಶ್ವಸಂಸ್ಥೆಯ ಶಾಲೆಯ ಮೇಲೆ ಇಸ್ರೇಲ್ ನಡೆಸಿದ ಷೆಲ್ ದಾಳಿ, ಈ ದಾಳಿಯಲ್ಲಿ 40 ಜನ ಮೃತಪಟ್ಟರು ಹಾಗೂ 55 ಜನ ಗಾಯಗೊಂಡರು. ವಿಶ್ವಸಂಸ್ಥೆಯ ಬಾವುಟದ ಹಾರಾಟ ತಮ್ಮನ್ನು ರಕ್ಷಿಸುತ್ತದೆ ಎನ್ನುವ ನಂಬಿಕೆಯಿಂದ ನೂರಾರು ಪ್ಯಾಲೇಸ್ತೀನಿ ನಿರಾಶ್ರಿತರು ಇಲ್ಲಿ ಆಶ್ರಯ ಪಡೆದಿದ್ದರು. ವಿಶ್ವಸಂಸ್ಥೆ ಈ ಕಟ್ಟಡದ ವಿವರಗಳನ್ನು ಇಸ್ರೇಲ್ ಸೈನ್ಯಕ್ಕೆ ಮಾಹಿತಿ ನೀಡಿತ್ತು. ಆದರೆ ಯಾವುದೂ ಪ್ರಯೋಜನವಾಗಲಿಲ್ಲ. ಶಾಲಾ ಕಟ್ಟಡದಿಂದಲೇ ರಾಕೆಟ್‌ಗಳನ್ನು ಸೈನ್ಯದ ಮೇಲೆ ಪ್ರಯೋಗಿಸಲಾಯಿತು ಎನ್ನುವಂತೆ ಇಸ್ರೇಲ್ ಬಿಂಬಿಸಿತು. ಅದಕ್ಕಾಗಿ ವಿಡಿಯೋ ಬಿಡುಗಡೆ ಮಾಡಿತು. ಸಮಸ್ಯೆಯಾದದ್ದು ಈ ವಿಡಿಯೋ ಚಿತ್ರಗಳು ತೆಗೆದದ್ದು 2007ರಲ್ಲಿ ಶಾಲೆ ಸಂಪೂರ್ಣವಾಗಿ ರಜೆಯಲ್ಲಿ ಖಾಲಿ ಇದ್ದಾಗ. ತನ್ನ ತಂತ್ರ ಫಲಿಸಲಿಲ್ಲವೆಂದು ಅರಿತು ಇಸ್ರೇಲ್ ಮತ್ತೊಂದು ವಾದ ಮುಂದೆ ಮಾಡಿತು. ಹಾಮಾಸ್ ಉಗ್ರಗಾಮಿಗಳು ಮಾರ್ಟರ್ ಷೆಲ್‌ಗಳನ್ನು ಶಾಲೆ ಒಳಗಡೆಯಿಂದ ಹಾರಿಸಿದರು ಅದಕ್ಕಾಗಿ ತಾನು ದಾಳಿ ಮಾಡಿದೆ ಎನ್ನುವುದು. ಇದನ್ನು ವಿಶ್ವಸಂಸ್ಥೆ ಆಕ್ರೋಶದಿಂದ ತಿರಸ್ಕರಿಸಿತು.

ಇಸ್ರೇಲ್ ಸೈನಿಕರು ಯುದ್ಧಾಪರಾಧಗಳನ್ನು ಎಸಗಲು ಪ್ರೇರೇಪಣೆ ನೀಡುವಂತೆ ತನ್ನ ಧಾರ್ಮಿಕ ಅಧಿಕಾರಿಗಳನ್ನು ಇಸ್ರೇಲ್ ಉಪಯೋಗಿಸಿಕೊಳ್ಳುತ್ತಿದೆ ಎನ್ನುವುದಕ್ಕೆ ಸಾಕಷ್ಟು ಪುರಾವೆಗಳು ಹೊರಬರುತ್ತಿವೆ. ಸಶಸ್ತ್ರಪಡೆಗಳ ಮುಖ್ಯ ರಬ್ಬಿ (ಧಾರ್ಮಿಕ ಮುಖಂಡ–ಅಥವಾ ಪೂಜಾರಿ) ಬ್ರಿಗೇಡಿಯರ್ ಜನರಲ್ ಅವಿ ರೊಂಕಿ ಗಾಜಾ ಪ್ರದೇಶದಲ್ಲಿ ಯುದ್ಧದಲ್ಲಿರುವ ತಮ್ಮ ಸೈನಿಕರಿಗೆ ಒಂದು ಕರಪತ್ರ ನೀಡಿದ್ದಾರೆ. ಅದರಲ್ಲಿ ಗಾಜಾ ಪ್ರದೇಶದ ಜನರಿಗೆ ಯಾವುದೇ ದಯ, ಕನಿಕರ ತೋರಿಸಬಾರದೆಂದು ಕರೆನೀಡಿದ್ದಾರೆ. 'ನೀವು ಕ್ರೂರ ಶತ್ರುವಿಗೆ ದಯೆ ತೋರಿಸಿದರೆ, ನೀವು ಶುದ್ಧ, ಪ್ರಾಮಾಣಿಕ ಸೈನಿಕರಿಗೆ ಕ್ರೌರ್ಯ ತೋರಿದಂತೆ. ಇವು ಮನೋರಂಜನಾ ಪಾರ್ಕಿನಲ್ಲಿ ಆಡುವ ಆಟವಲ್ಲ, ಅಲ್ಲಿ ಕ್ರೀಡಾಮನೋಭಾವದ ಮೂಲಕ ರಿಯಾಯಿತಿ ತೋರಿಸುವುದನ್ನು ಕಲಿಸಲಾಗುತ್ತದೆ. ಇದು ಕೊಲೆಗಡುಕರ ವಿರುದ್ಧ ಯುದ್ಧ'. ಈ ರೀತಿಯ ಕರಪತ್ರಗಳನ್ನು ಹಂಚುವುದರ ಜೊತೆಯಲ್ಲಿ ಪ್ಯಾಲೇಸ್ತೀನಿಯರ ವಿರುದ್ಧ ಜನಾಂಗೀಯ ದ್ವೇಷ ಹರಡುವ ವಿವರಣೆಗಳನ್ನು ನೀಡಲಾಗುತ್ತಿದೆ. ಪ್ಯಾಲೇಸ್ತೀನಿಯರಿಗೆ ಅವರಿಗೆ ಸೇರಿದ ಭೂಮಿಯ ಮೇಲೆ ಇರುವ ಹಕ್ಕುಗಳನ್ನು ನಿರಾಕರಿಸಲಾಗುತ್ತಿದೆ. ಇದು ಒಂದು ರೀತಿ ಮಾನಸಿಕವಾಗಿ ತನ್ನ ಸೈನಿಕರ ಮಿದುಳಲ್ಲಿ ವಿಷವನ್ನು ಕುಕ್ಕುವ ಇಸ್ರೇಲಿನ ಕುಟಿಲ ತಂತ್ರವೆಂದು ಹೇಳಬಹುದು.

ಈ ಸಂಗತಿಗಳು ಇಡೀ ಚಿತ್ರಣದ ಬರಿಯ ಒಂದು ಇಣುಕು ನೋಟವನ್ನು ಮಾತ್ರ ನೀಡುತ್ತವೆ. ಗಾಜಾದ ನಿಜವಾದ ಪರಿಸ್ಥಿತಿಯನ್ನು ಯಾರೂ ಅಧ್ಯಯನ ಮಾಡದಂತೆ, ಅವಲೋಕಿಸದಂತೆ, ಇಣುಕು ಹಾಕದಂತೆ ಇಸ್ರೇಲ್ ಇಡೀ ಗಾಜಾಪಟ್ಟಿ ಪ್ರದೇಶವನ್ನು ಸುತ್ತುವರಿದಿದೆ. ದಿಗ್ಬಂಧನೆಗೆ ಒಳಪಡಿಸಿದೆ. ಗಾಜಾ ಬಂದರಿನ ಸಮೀಪ ಯಾವ ಹಡಗು ಪ್ರವೇಶಿಸುವಂತಿಲ್ಲ. ಪಟ್ಟಣದ ಒಳಗೆ ಹಾಗೂ ಹೊರಗೆ ಇರುವ ಸಂಪೂರ್ಣ ಸಂಪರ್ಕ ಸಾಧನಗಳು ಇಸ್ರೇಲ್ ನಿಯಂತ್ರಣದಲ್ಲಿವೆ. ತಿಂಗಳುಗಳ ಕಾಲ ಆರ್ಥಿಕವಾಗಿ ಯಾವುದೇ ಚಟುವಟಿಕೆಗಳು ನಡೆಯುತ್ತಿಲ್ಲ. ಮಾನವನ ಮೂಲಭೂತ ಅಗತ್ಯಗಳಾದ ಔಷಧಿ,

ಆಹಾರ, ಇಂಧನ ಮುಂತಾದ ನಾಗರಿಕ ಸೌಲಭ್ಯಗಳನ್ನು ನಿರಾಕರಿಸಲಾಯಿತು. ಇಸ್ರೇಲ್ ನಡೆಸಿರುವ ಈ ಗಾಜಾ ಮುತ್ತಿಗೆ ಇಡೀ ಗಾಜಾಪಟ್ಟಿ ಪ್ರದೇಶವನ್ನು ಒಂದು ದೊಡ್ಡ ಸೆರೆಮನೆಯನ್ನಾಗಿ ಪರಿವರ್ತಿಸಿದೆ. ಭೂಮಿಯ ನಿಜವಾದ ಮಾಲಿಕರು ತಮ್ಮ ದೇಶದಲ್ಲಿಯೇ ತಾವು ನಿರಾಶ್ರಿತರಾಗಿ ಬದುಕುವ ವಿಪರ್ಯಾಸವನ್ನು ಎದುರಿಸುತ್ತಿದ್ದಾರೆ. ಗಾಜಾ ಪ್ರದೇಶದಿಂದ ಹೊರಹೋಗುವ ಅಥವಾ ಒಳಗೆ ಬರುವ ವ್ಯಕ್ತಿ, ಪದಾರ್ಥಗಳು ಇಡೀ ಪ್ರದೇಶದಲ್ಲಿ ಇಸ್ರೇಲ್ ಸ್ಥಾಪಿಸಿರುವ ತಪಾಸಣಾ ಕೇಂದ್ರಗಳ ಮೂಲಕವೇ ನಡೆಯಬೇಕು. ತೆರಿಗೆ ರೂಪದ ಹಣ ಇಸ್ರೇಲ್‌ಗೆ ಸೇರಬೇಕು. ಯಾವುದೇ ನಾಗರಿಕ ಜವಾಬ್ದಾರಿಗಳನ್ನು ನಿರ್ವಹಿಸದೆ ಅಧಿಕಾರ, ಆರ್ಥಿಕ ನಿಯಂತ್ರಣ ತನ್ನ ಬಳಿ ಇರಬೇಕು ಎನ್ನುವುದು ಇಸ್ರೇಲ್‌ನ ಆಶಯ.

ಇದು 2008–9ರ ಗಾಜಾ ನರಮೇಧದ ಚಿತ್ರಣ. ಆದರೆ ಈ ಚಿತ್ರ ಇನ್ನೂ ಭೀಕರವಾಗಿ ಆ ಮೇಲಿನ ಗಾಜಾ ದಾಳಿಗಳಲ್ಲಿ ಪುನರಾವರ್ತನೆಯಾಗಿದೆ.

ಅನುಬಂಧ–9

ಗಾಜಾ ನರಮೇಧ 2014

ಪ್ಯಾಲೆಸ್ತೀನ್ ಈವರೆಗೆ ಕಂಡ ಅತ್ಯಂತ ಭೀಕರ ದಾಳಿ 2014ರ ಜುಲೈ 6 ರಿಂದ ಅಗಸ್ಟ್ 26ರ ವರೆಗೆ ಗಾಜಾ ಪಟ್ಟಿಯ ಮೇಲೆ ಇಸ್ರೇಲ್ ನಡೆಸಿದ 53 ದಿನಗಳ ಭೀಕರ ದಾಳಿ. ಇದನ್ನು ಯುದ್ಧ ಎಂದು ಅಂತರ್ರಾಷ್ಟ್ರೀಯ ಮಾಧ್ಯಮಗಳಲ್ಲಿ ಕರೆಯಲಾಗಿದೆ. ಅದು ತೀರಾ ಹಾಸ್ಯಾಸ್ಪದ. ಇದು ಪ್ಯಾಲೆಸ್ಟೈನಿನ ಗಾಜಾ ಪಟ್ಟಿ ಪ್ರದೇಶದ ಮೇಲೆ ಇಸ್ರೇಲಿ ಸೈನ್ಯದ ಏಕಪಕ್ಷೀಯ ದಾಳಿಯ ಪರಿಣಾಮ. ಈ ಭೀಕರ ದಾಳಿಯಿಂದ ಕುಪಿತರಾದ ಹಾಮಾಸ್ ಪ್ರತಿ–ರಾಕೆಟ್ ದಾಳಿ ನಡೆಸಿದ್ದು ನಿಜ. ಯಾವುದೇ ಪುರಾವೆ ಇಲ್ಲದೆ ಇದನ್ನು ಗಾಜಾ ಪ್ರದೇಶದಲ್ಲಿ ಆಳುತ್ತಿರುವ ಹಾಮಾಸ್ ಮಾಡಿದೆ ಎಂದು ಇಸ್ರೇಲ್ ಆಪಾದಿಸಿದೆ. ಹಾಮಾಸ್ ಇದನ್ನು ನಿರಾಕರಿಸಿದೆ. ಇದು ಎರಡೂ ಕಡೆ ಸತ್ತವರ ಅಂಕೆ–ಸಂಖ್ಯೆಗಳಿಂದ ಸ್ಪಷ್ಟವಾಗುತ್ತದೆ. ಈ ದಾಳಿಗಳಲ್ಲಿ 2147 ಪ್ಯಾಲೆಸ್ತೀನಿಯರು ಸತ್ತರು. ಅವರಲ್ಲಿ 1743 ನಾಗರಿಕರು. ಹಾಮಾಸ್ ದಾಳಿಯಿಂದ ಸತ್ತ ಇಸ್ರೇಲಿ ನಾಗರಿಕರ ಸಂಖ್ಯೆ ಕೇವಲ 6. ಜೂನ್‌ನಲ್ಲಿ ಮೂರು ಇಸ್ರೇಲಿ ಹುಡುಗರನ್ನು ಅಪಹರಿಸಿ ಕೊಲ್ಲಲಾಯಿತು ಎಂಬುದು ಈ ಭೀಕರ ದಾಳಿಗೆ ನೆಪ. ಇದು ಮೇ 15ರಂದು ಇಸ್ರೇಲಿ ಸೈನಿಕರು ಇಬ್ಬರು ಪ್ಯಾಲೇಸ್ತೇನಿನ ಹುಡುಗರನ್ನು ಗುಂಡು ಹಾರಿಸಿ ಕೊಂದ ವಿಡಿಯೋ ಕಂಡು ಕುಪಿತರಾದ ಯುವಕರ ಪ್ರತೀಕಾರ ಇರಬಹುದು ಎಂಬುದನ್ನು ಇಸ್ರೇಲಿ ಸರಕಾರ ಬಚ್ಚಿಡುತ್ತಿದೆ. ಅತ್ಯಂತ ಆಧುನಿಕ ಸುಸಜ್ಜಿತ ಬೇಹುಗಾರಿಕೆ ಇರುವ ಇಸ್ರೇಲ್ ಹಾಮಾಸ್ ವಿರುದ್ಧ ಯಾವುದೇ ಪುರಾವೆ ಇದ್ದರೆ, ಅದನ್ನು ಜಗತ್ತಿಗೆಲ್ಲಾ ಟಾಂ ಟಾಂ ಮಾಡುತ್ತಿತ್ತು. ಒಂದು ವೇಳೆ ಹಾಮಾಸ್ ಈ ಕೃತ್ಯವನ್ನು ಎಸಗಿದ್ದರೂ 18 ಲಕ್ಷ ಗಾಜಾ ಪಟ್ಟಿಯ ನಾಗರಿಕರಿಗೆ ಇದಕ್ಕಾಗಿ ಇಂತಹ ಭೀಕರ ಶಿಕ್ಷೆಯೇ? ಇದು ಯಾವ ನ್ಯಾಯ?

ಪ್ಯಾಲೇಸ್ತೇನಿನ ಗಾಜಾ ಪಟ್ಟಿ ಪ್ರದೇಶದ ಜನತೆಯ ಮೇಲೆ 53 ದಿನಗಳ ಕಾಲ ಇಸ್ರೇಲಿ ಸೈನ್ಯ ಸತತ ದಾಳಿ ನಡೆಸಿತು. 52 ಸಾವಿರ ಶೆಲ್ಲುಗಳನ್ನು ಕೇವಲ 360 ಚದರ ಕಿ.ಮಿ. ಇರುವ ಗಾಜಾ ಪಟ್ಟಿಯ ಮೇಲೆ ಸುರಿಯಲಾಯಿತು. ಈ ಭೀಕರ ದಾಳಿಯಲ್ಲಿ

2145 ಜನ ಸತ್ತರು. ಅವರಲ್ಲಿ 581 ಮಕ್ಕಳು 281 ಮಹಿಳೆಯರು. 11,232 ಜನ ಗಾಯಗೊಂಡರು. ಅವರಲ್ಲಿ 3438 ಮಕ್ಕಳು. ಮಹಿಳೆಯರು 2112. 10 ಸಾವಿರ ಮನೆಗಳು ಪೂರ್ಣ ನಾಶವಾದವು. 46 ಸಾವಿರ ಮನೆಗಳು ಭಾಗಶಃ ಧ್ವಂಸವಾದವು. 4.5 ಲಕ್ಷ ಜನ ನಿರಾಶ್ರಿತರಾದರು. 17 ಆಸ್ಪತ್ರೆಗಳೂ 50 ಕ್ಲಿನಿಕ್‌ಗಳೂ, 16 ಅಂಬುಲೆನ್ಸ್‌ಗಳು ನಾಶವಾದವು. ವಿಶ್ವಸಂಸ್ಥೆ ನಡೆಸುವ ಶಾಲೆಗಳೂ ಸೇರಿದಂತೆ 310 ಶಾಲೆಗಳು ನೆಲಸಮಗೊಂಡವು. ಇವು ಒಟ್ಟು ಶಾಲೆಗಳ ಶೇ, 30 ರಷ್ಟು, 4.75 ಲಕ್ಷ ವಿದ್ಯಾರ್ಥಿಗಳಿಗೆ ಶಾಲೆಯೇ ಇಲ್ಲದ ಪರಿಸ್ಥಿತಿ ಉಂಟಾಯಿತು. ಹೆಚ್ಚಿನ ನೀರು ಸರಬರಾಜು ಮತ್ತು ಕೊಳಚೆ ನೀರು ಪರಿಷ್ಕರಣ ಕೇಂದ್ರಗಳು ದಾಳಿಯ ಕೆಟ್ಟು ನಿಂತವು. ಇದರಿಂದಾಗಿ ಲಕ್ಷಾಂತರ ಜನರಿಗೆ ನೀರು ಸರಬರಾಜು ನಿಂತಿತ್ತು.

ಈ ಭೀಕರ ದಾಳಿಯ ಪರಿಣಾಮವಾಗಿ ನಿರುದ್ಯೋಗ ಶೇ. 11 ರಷ್ಟು ಏರಿ ಶೇ. 43 ಆಯಿತು. ಶೇ. 70 ನಿರಾಶ್ರಿತರಾಗಿರುವ, ಶೇ. 39 ಬಡತನದ ರೇಖೆಯ ಕೆಳಗೆ ಇರುವ ಗಾಜಾ ಪಟ್ಟಿಯಲ್ಲಿ ಈ ದಾಳಿಯ ಪರಿಣಾಮದ ಭೀಕರತೆಯನ್ನು ಊಹಿಸಿಕೊಳ್ಳುವುದೂ ಕಷ್ಟ ಆದರೂ ಇಸ್ರೇಲ್‌ಗೆ ಯಾವುದೇ ಶಿಕ್ಷೆ ಆಗಲಿಲ್ಲ. ಯಾವ ಪರಿಹಾರ ಕೊಡಬೇಕಾಗಲಿಲ್ಲ. 2009ರಲ್ಲಿ ಇಂತಹುದೆ ನೆಪ ಹೂಡಿ ಇಸ್ರೇಲ್ ಸತತ ದಾಳಿ ನಡೆಸಿದಾಗ ಮಾತ್ರ ವಿಶ್ವಸಂಸ್ಥೆ ಸ್ವಲ್ಪ ಮಟ್ಟಿನ ಮಧ್ಯ ಪ್ರವೇಶ ಮಾಡಿತು. ಆಗ ವಿಶ್ವಸಂಸ್ಥೆ ಗೋಲ್ಡ್‌ಸ್ಟೋನ್ ಕಮಿಶನ್ ನೇಮಿಸಿ ಅದು ತನ್ನ ವರದಿಯಲ್ಲಿ ಮಾನವ ಹಕ್ಕುಗಳ ವಿರುದ್ಧ (ಯುದ್ಧ ಅಪರಾಧಗಳು ಸೇರಿದಂತೆ) ತೀವ್ರ ಅಪರಾಧಗಳನ್ನು ಎಸಗಿದೆ ಎಂದು ಹೇಳಿತ್ತು. ಆದರೆ ಆ ವರದಿ ಬಗ್ಗೆ ಯಾವುದೇ ಕ್ರಮ ಕೈಗೊಳ್ಳದೆ ಅದನ್ನು ಹೂತು ಬಿಡಲಾಯಿತು.

2014ರಲ್ಲಿ ಇಸ್ರೇಲ್ ಈ ಭೀಕರ ದಾಳಿ ಮಾಡಲು ಗಾಜಾ ಪಟ್ಟಿಯಿಂದ ಪ್ಯಾಲೆಸ್ತೀನರನ್ನು ಓಡಿಸುವ ಹಳೆಯ ಗುರಿ ಅಲ್ಲದೆ, ಇನ್ನೊಂದು ರಾಜಕೀಯ ಕಾರಣವಿತ್ತು. ಆ ವರೆಗೆ ಪ್ಯಾಲೆಸ್ತೀನಿಯರ ನಡುವೆ ಇದ್ದ (ಅದರಲ್ಲೂ ಪಿ.ಎಲ್.ಒ. ಮತ್ತು ಹಾಮಾಸ್ ನಡುವೆ) ಬಿರುಕನ್ನು ಬಳಸಿ ಇಸ್ರೇಲ್ ಒಡೆದು ಆಳುತ್ತಿತ್ತು. ಆದರೆ ಸ್ವಲ್ಪ ಸಮಯ ಹಿಂದೆ ಪಿ.ಎಲ್.ಒ. ಮತ್ತು ಹಾಮಾಸ್ ಸಂಯುಕ್ತ ರಂಗ ರಚಿಸಲು ಮುಂದೆ ಬಂದಿದ್ದು, ವಿಶ್ವಸಂಸ್ಥೆಯ ಮಾನ್ಯತೆ ಸಹ ಪಡೆದಿತ್ತು. ಅದನ್ನು ತಪ್ಪಿಸಲು ಈ ಬಿಕ್ಕಟ್ಟು ಸೃಷ್ಟಿಸಲು ಇಸ್ರೇಲ್ ಈ ಭೀಕರ ದಾಳಿ ನಡೆಸಿತು ಎಂದು ಹೇಳಲಾಗಿದೆ.

ಅನುಬಂಧ-10

'ದೇವರು ವಾಗ್ದಾನ ನೀಡಿದ ನಾಡು'

ಎರಡು ಸಾವಿರ ವರ್ಷಗಳ ಹಿಂದೆ ಅವರು ತಮ್ಮ ಪೂರ್ವಜರು ಎಂದು ಪರಿಗಣಿಸುವ ಜನರು ಅಲ್ಲಿ ವಾಸಿಸಿದ್ದರು ಎಂದ ಮಾತ್ರಕ್ಕೆ ಯಹೂದಿಯರಿಗೆ ಆ ಪ್ರದೇಶವನ್ನು ಕಿತ್ತುಕೊಳ್ಳುವ ಹಕ್ಕು ಖಂಡಿತ ಇಲ್ಲ. ಇತಿಹಾಸ ಮುಂದಕ್ಕೆ ಚಲಿಸುತ್ತದೆ. ಅದನ್ನು ಹಿಂದಕ್ಕೆ ತಿರುಗಿಸಲು ಸಾಧ್ಯವಿಲ್ಲ.

-ಐಸಾಕ್ ಅಸಿಮೊವ್

(ಪ್ರಸಿದ್ಧ ವಿಜ್ಞಾನಿ, ಜನಪ್ರಿಯ ವಿಜ್ಞಾನ ಲೇಖಕ-ಹುಟ್ಟಿನಿಂದ ಯಹೂದಿ)

19ನೇ ಶತಮಾನದಲ್ಲಿ ಯುರೋಪಿನಲ್ಲಿ ಒಂದು ಸಾರ್ವತ್ರಿಕ ಮನೋಭಾವದ ಬೆಳವಣಿಗೆ ಆಯಿತು. ಅದನ್ನು 'ಆಂಟಿ-ಸೆಮಿಟಿಸಂ' ಅಥವಾ ಯಹೂದಿ ದ್ವೇಷ ಮನೋಭಾವನೆ ಎಂದು ಕರೆಯಬಹುದು. ಯುರೋಪ್ ರಾಷ್ಟ್ರಗಳ ಸರಕಾರ ಹಾಗೂ ಸಾರ್ವಜನಿಕರು 'ಅನಿಷ್ಟಕ್ಕೆಲ್ಲಾ ಶನೀಶ್ವರನೇ ಕಾರಣ' ಎನ್ನುವ ಭಾರತೀಯರ ನಂಬಿಕೆಯಂತೆ ತಮ್ಮ ದೇಶಗಳ ಆರ್ಥಿಕ ಅವನತಿಗೆ ಯಹೂದಿಯರೇ ಕಾರಣ ಎಂದು ಭಾವಿಸಿ ಯಹೂದಿಯರ ವಿರುದ್ಧ ಅಸಹನೆ, ಆಕ್ರೋಶ ವ್ಯಕ್ತಪಡಿಸಲಾರಂಭಿಸಿದರು. ಇದರ ವಿರುದ್ಧವಾಗಿ ತಮ್ಮ ರಕ್ಷಣೆಗಾಗಿ ಯಹೂದಿಗಳು ಅಂತರ್‌ರಾಷ್ಟ್ರೀಯ ಮಟ್ಟದಲ್ಲಿ ಯೋಜಿಸಿದ ಬೃಹತ್ ಯೋಜನೆಯೇ ಜಿಯೋನಿಸಂ ಅಥವಾ ಯಹೂದಿ ರಾಷ್ಟ್ರೀಯ ಚಳುವಳಿ. ಇದರ ಅನುಷ್ಠಾನಕ್ಕಾಗಿ ಅವರು ಆಯ್ದುಕೊಂಡ ಪ್ರದೇಶ ಅವರು ತಮ್ಮ ಮೂಲನೆಲೆ ಎಂದು ಪರಿಭಾವಿಸುವ ಈಗಿನ ಇಸ್ರೇಲ್ ಅಥವಾ ಪ್ಯಾಲೇಸ್ತೀನ್ ಪ್ರದೇಶದ ವಿಸ್ತಾರವಾದ ಅರಬ್ ಪ್ರಸ್ಥಭೂಮಿ.

ಆರ್ಯರ ಮೂಲಕ್ಕೆ ಹೋಗಬೇಕಾದರೆ ವೇದ ಕಾಲಕ್ಕೆ ಹೋಗಬೇಕು. ಹಾಗೆಯೇ ಯಹೂದಿಗಳ ಮೂಲ ಇತಿಹಾಸವನ್ನು ಹೇಳುವುದು ಬೈಬಲ್‌ನ ಹಳೆಯ ಒಡಂಬಡಿಕೆ. ಯಹೂದಿಗಳ ಧಾರ್ಮಿಕ, ಸಾಮಾಜಿಕ ಹಾಗೂ ಚಾರಿತ್ರಿಕ ಬೆಳವಣಿಗೆಗಳನ್ನು ಪ್ಯಾಲೇಸ್ತೀನ್ ಪ್ರದೇಶದಲ್ಲಿ ಹುಟ್ಟಿ, ಬೆಳಗಿದ, ಧರ್ಮ ಪ್ರಸಾರ ಮಾಡಿದ ಪ್ರವಾದಿಗಳು ಬೈಬಲಿನ ಹಳೆಯ ಒಡಂಬಡಿಕೆಯ ವಿವಿಧ ಕಾಂಡಗಳಲ್ಲಿ ವಿವರವಾದ ಚಿತ್ರಣ ನೀಡಿದ್ದಾರೆ. ಮೂಲತಃ ಅಲೆಮಾರಿಗಳಾಗಿದ್ದ ಇವರನ್ನು ಹೀಬ್ರೂಗಳೆಂದು ಕರೆಯಲಾಗಿದೆ. ತಮ್ಮ ಕುಟುಂಬ ವರ್ಗದವರು ಹಾಗೂ ಸಾಕುಪ್ರಾಣಿಗಳ ಜೊತೆಯಲ್ಲಿ ಆಹಾರಕ್ಕಾಗಿ ವಲಸೆ ಹೋಗುತ್ತಿದ್ದ ಈ ಜನ ತಾತ್ಕಾಲಿಕ ಬಿಡದಿಗಳಾಗಿ ಡೇರೆಗಳಲ್ಲಿ ವಾಸಿಸುತ್ತಿದ್ದರು. ಅರಬ್ ಮರಳುಗಾಡಿನ ಓಯಸಿಸ್‌ಗಳ ಬಳಿ ತಾಂಡಗಳ ರೀತಿ ಗುಂಪಿನಲ್ಲಿ ವಾಸಿಸುತ್ತಿದ್ದ ಇವರ ಭಾಷೆ ಹೀಬ್ರೂ. ಆದ್ದರಿಂದ ಹೀಬ್ರೂಗಳೆಂದು ಅವರನ್ನು ಕರೆಯುತ್ತಿದ್ದರು.

ಈ ಗುಂಪು ಅಥವಾ ಜನಾಂಗದ ಪ್ರಮುಖ ವ್ಯಕ್ತಿ, ಕ್ರಿ.ಪೂ.200 ರಿಂದ ಪ್ರಾರಂಭವಾಗುವ ಧಾರ್ಮಿಕವಾಗಿ ಪ್ರಾಮುಖ್ಯತೆ ಪಡೆದ ಮೂಲ ಪುರುಷ ಎನ್ನಬಹುದಾದ ಯಜಮಾನನ ಹೆಸರು ಏಬ್ರಾಹಂ (ಯಹೂದಿ) - ಅಥವಾ ಅಬ್ರಹಾಂ (ಕ್ರಿಶ್ಚಿಯನ್)

ಅಥವಾ ಇಬ್ರಾಹಿಂ (ಇಸ್ಲಾಂ). ಪ್ರಾಯಶಃ ಇವನು ಇತಿಹಾಸ ಪ್ರಸಿದ್ಧ ಬ್ಯಾಬಿಲೋನ್ ದೊರೆ ಹಮರಾಬಿಯ ಸಮಕಾಲೀನನಾಗಿರಬಹುದು. ಏಬ್ರಾಹಂ ಕುಟುಂಬ ಇರಾಕ್‌ನಲ್ಲಿ ಹರಿಯುವ ಯೂಫ್ರಟಿಸ್ ನದಿಯ ದಡದಲ್ಲಿರುವ 'ಉರ್' ಪಟ್ಟಣದ ನಿವಾಸಿ. ಅವರ ತಂದೆ ಆಗಿನ ಕಾಲದ ಜನ ಪೂಜೆ ಮಾಡುತ್ತಿದ್ದ ನೂರಾರು ಮೂರ್ತಿಗಳ, ದೇವ, ದೇವತೆಗಳ ವಿಗ್ರಹಗಳನ್ನು ತಯಾರಿಸುತ್ತಿದ್ದ ಶಿಲ್ಪಿಯಾಗಿದ್ದರು. ಸ್ವತಹ ವಿಗ್ರಹಾರಾಧಕರೂ ಆಗಿದ್ದ ತಂದೆಯೊಂದಿಗಿನ ಆಧ್ಯಾತ್ಮಿಕ ಭಿನ್ನಾಭಿಪ್ರಾಯಗಳಿಂದ ಏಕದೇವ ಉಪಾಸಕರಾಗಿದ್ದ ಏಬ್ರಾಹಂ ಟರ್ಕಿಯ ಸಮೀಪವಿರುವ ಹರ್ರಾನ್‌ಗೆ ವಲಸೆ ಹೋದರು. ಒಂದು ರಾತ್ರಿ ಏಬ್ರಾಹಂಗೆ ಕನಸಿನಲ್ಲಿ ಅವರ ಆರಾಧ್ಯ ದೈವ 'ಯಹ್‌ವಾ' ಅಥವಾ 'ಯಹೂ' ದರ್ಶನ ನೀಡಿ ಏಬ್ರಾಹಂನನ್ನು ತನ್ನ ಕುಟುಂಬದ ಸದಸ್ಯರೊಂದಿಗೆ 'ಕೆನಾನ್' ಪ್ರದೇಶಕ್ಕೆ (ಇಂದಿನ ಪ್ಯಾಲೇಸ್ತೀನ್‌ನ ಒಂದು ಭಾಗ) ಹೋಗಿ ನೆಲಸಲು ಆದೇಶಿಸುತ್ತಾನೆ. ದೇವರ ಆಶೀರ್ವಾದದಿಂದ ತಾವು ದೃಢವಾಗಿ ನಂಬಿದ ದೇವರು ತಮಗೆ ಪ್ರತಿಫಲವಾಗಿ ನೀಡಿದ ಪ್ರದೇಶ ಇದು ಎಂದು ಯಹೂದಿಯರು ಹೇಳುತ್ತಾರೆ.

ಏಬ್ರಾಹಂ ದೇವರು ನೀಡಿದ ಸೂಚನೆಯನ್ನು ಅನುಸರಿಸಿ ಕೆನಾನ್ ಅಥವಾ ಪ್ಯಾಲೆಸ್ತೀನ್ ಕಡೆಗೆ ಪ್ರಯಾಣ ಪ್ರಾರಂಭಿಸುತ್ತಾನೆ. ಪ್ರಯಾಣದ ವೇಳೆ ಇಡೀ ಪ್ರದೇಶದಲ್ಲಿ ಭೀಕರ ಬರಗಾಲ ಆವರಿಸುತ್ತದೆ. ಆಗ ತನ್ನ ಮತ್ತು ತನ್ನ ಜೊತೆ ಇದ್ದ ಜನಗಳ ರಕ್ಷಣೆಗಾಗಿ ಕೆಲವು ಕಾಲ ಈಜಿಪ್ಟ್‌ನಲ್ಲಿ ನೆಲೆ ನಿಲ್ಲುತ್ತಾನೆ. ಕ್ಷಾಮ ಪರಿಹಾರದ ನಂತರ ಕೊನೆಗೆ ಕೆನಾನ್ ಪ್ರದೇಶ ತಲುಪಿ ಅಲ್ಲಿಯೇ ವಾಸ್ತವ್ಯ ಹೂಡುತ್ತಾನೆ. ಅವನಂತೆ ಅವನ ಕನಸನ್ನು ನಂಬಿ ಅವನ ಜೊತೆಯಲ್ಲಿ ಬಂದ ಕುಟುಂಬದ ಸದಸ್ಯರು ಮತ್ತು ನಾಗರಿಕರು ಅಲೆಮಾರಿ ಜೀವನ ತ್ಯಜಿಸಿ ಅಲ್ಲಿ ತಮ್ಮ ನೆಲೆ ಪ್ರಾರಂಭಿಸುತ್ತಾರೆ. ಜೋರ್ಡಾನ್ ನದಿ ತೀರದಲ್ಲಿರುವ ಹೆಬ್ರಾನ್ ನಗರದಲ್ಲಿ ಏಬ್ರಾಹಂ ಮೃತರಾದರೆಂದು ಅವರ ಸಮಾಧಿ ಸ್ಥಳ ತೋರಿಸುತ್ತಾರೆ.

ಏಬ್ರಾಹಂಗೆ ಇಬ್ಬರು ಮಕ್ಕಳು. ಒಬ್ಬ ಇಸಾಕ್ ಮತ್ತು ಮತ್ತೊಬ್ಬ ಇಸ್ಮಾಯಿಲ್ ಅಥವಾ ಎಶ್ಮಾಯಿಲ್. ಈ ಇಸ್ಮಾಯಿಲ್‌ರನ್ನು ದೇವರ ಸೂಚನೆಯಂತೆ ತಂದೆ, ಮಗನನ್ನು ದೇವರ ಪಿತೃರ್ಥ ಬಲಿ ನೀಡಲು ಸಿದ್ಧವಾದ ದೇವರ ಭಕ್ತಿ, ತ್ಯಾಗ, ಬಲಿದಾನಗಳ ಸಂಕೇತವಾಗಿ ಮುಸಲ್ಮಾನರು 'ಬಕ್ರೀದ್' ಹಬ್ಬವನ್ನು ಆಚರಿಸುತ್ತಾರೆ. ಇಸ್ಲಾಂ ಧರ್ಮ-ಪ್ರವರ್ತಕರಾದ ಪ್ರವಾದಿ ಮೊಹಮ್ಮದ್ ಈ ಇಸ್ಮಾಯಿಲ್‌ರವರ ವಂಶದಲ್ಲಿ ಹುಟ್ಟಿದವರು ಎಂದು ವಂಶವೃಕ್ಷ ಹೇಳುತ್ತದೆ. ಮತ್ತೊಬ್ಬ ಮಗ ಇಸಾಕನ್ ಮಗ ಏಬ್ರಾಹಂನ ಮೊಮ್ಮಗ ಜೇಕಬ್ ಅಥವಾ ಯಾಕೂಬ್. ಯಾಕೂಬ್‌ನ 12 ಜನ ಮಕ್ಕಳು ಗೋತ್ರಕಾರರೆಂದು ನಾವು ಕರೆಯುವಂತೆ 12 ಕುಲಗಳ ಮುಖಂಡರೆಂದು ಅವರ ಹೆಸರಿನಿಂದ ಗೋತ್ರಕಾರರಾಗಿ ಗುರುತಿಸಲ್ಪಟ್ಟರು. ಇವರೇ ಮುಂದೆ ಪ್ಯಾಲೆಸ್ತೀನಿನ ಪ್ರಸಿದ್ಧ ಹನ್ನೆರಡು ಕುಲಗಳ ಜನಕರೆಂದು ಹೆಸರು ಪಡೆದವರು. ಪುರುಷ ಪ್ರಧಾನ ಸಮಾಜವಾದ್ದರಿಂದ, ಪುರುಷ ಸಂತತಿಯ ಮೂಲಕ ಸಮಾಜ ರೂಪುಗೊಂಡಿತು. ಹನ್ನೆರಡು ಕುಲಗಳಲ್ಲಿ ಪರಸ್ಪರ ವೈವಾಹಿಕ ಸಂಬಂಧಗಳು ಇದ್ದ ಕಾರಣ, ಸಂಬಂಧ, ಸಾಮರಸ್ಯ, ಸಹಕಾರ, ಸಾಮೂಹಿಕ ಹೊಣೆಗಾರಿಕೆ ಮೂಲಕ ಸಾಮಾಜಿಕವಾಗಿ ಸೌಹಾರ್ದತೆ ಮತ್ತು ಒಗ್ಗಟ್ಟು ಮೂಡಿಬಂತು.

ಜೇಕಬ್ ಅಥವಾ ಯಾಕೋಬ್‌ನ ಮಕ್ಕಳಲ್ಲಿ ಕಿರಿಯ ಮಗ ಜೋಸೆಫ್ ಅಥವಾ ಯೂಸುಫ್ ಈಜಿಪ್ಟ್‌ನ ಫಿರ್‌ಔನ್ ಅರಸರ ಆಡಳಿತದಲ್ಲಿ ಕೋಶಾಧಿಕಾರಿ / ಉಗ್ರಾಣ ಅಧಿಕಾರಿ ಆಗಿರುತ್ತಾನೆ. ಫೆರೋ ಅರಸನಿಗೆ ಬಿದ್ದ ಕನಸನ್ನು ಅರ್ಥೈಸಿ ಏಳು ವರ್ಷಗಳ

ಸುಭಿಕ್ಷೆಯ ನಂತರ ಬರಲಿರುವ ಏಳು ವರ್ಷದ ಬರಗಾಲವನ್ನು ಎದುರಿಸಲು ಸೂಕ್ತ ಕ್ರಮಗಳನ್ನು ಕೈಗೊಂಡು ಈಜಿಪ್ಟ್‌ನ ನಾಗರಿಕರನ್ನು ಕಾಪಾಡುತ್ತಾನೆ. ಕೆನಾನ್ ಪ್ರದೇಶದಲ್ಲಿ ಬರಗಾಲವನ್ನು ಎದುರಿಸುತ್ತಿದ್ದ ತನ್ನ ತಂದೆ ಮತ್ತು ತನ್ನ ಹನ್ನೆರಡು ಜನ ಸಹೋದರರನ್ನು, ಅವರ ಕುಲಬಾಂಧವರನ್ನು ಈಜಿಪ್ಟ್‌ಗೆ ಬಂದು ನೆಲೆಸಲು ಆಹ್ವಾನಿಸುತ್ತಾನೆ. ಈಜಿಪ್ಟ್ ದೊರೆ ಫಿರ್‌ಔನ್ ಅನುಮತಿಯಿಂದಾಗಿ ನೈಲ್ ನದಿ ತೀರದ ಪ್ರದೇಶದಲ್ಲಿ ಅವರು ನೆಲಸುವಂತೆ ಮಾಡುತ್ತಾನೆ. ಜೇಕಬ್‌ನ ಹನ್ನೆರಡು ಜನ ಮಕ್ಕಳ ಉತ್ತರಾಧಿಕಾರಿಗಳು, ಗೋತ್ರಕಾರರು ಇಲ್ಲಿ ಶತಮಾನಗಳವರೆಗೂ ಬಾಳಿ ಆರ್ಥಿಕವಾಗಿ ಬಲಿಷ್ಠ ಸಮುದಾಯವಾಗಿ ರೂಪುಗೊಂಡರು. ಅವರ ಸಂಖ್ಯೆ ಲಕ್ಷಗಳನ್ನು ದಾಟಿತು. ಹೀಗಾಗಿ ನಂತರ ಅಧಿಕಾರಕ್ಕೆ ಬಂದ ಅರಸರು ಅವರ ಸಂಪತ್ತು ಭೂಮಿಗಳನ್ನು ಕಸಿದುಕೊಂಡು ಕೆನಾನ್‌ನಿಂದ ವಲಸೆ ಬಂದ ಎಲ್ಲಾ ನಾಗರಿಕರನ್ನು ಗುಲಾಮರನ್ನಾಗಿ ಪರಿವರ್ತಿಸಿದರು. ಕೆನಾನ್‌ನ ಎಲ್ಲಾ ಕುಲಗಳು, ಹೀಬ್ರೂಗಳು ತಮ್ಮ ಜೀತ ಮಾಡುವುದಕ್ಕಾಗಿ ಹುಟ್ಟಿದವರು ಎನ್ನುವ ಧೋರಣೆ ಆಡಳಿತ ನಡೆಸುತ್ತಿದ್ದ ಅರಸರಲ್ಲಿತ್ತು.

ಆಗ ವಿಮೋಚನೆಗಾಗಿ ಬಂದವನು ಮೋಸೆಸ್ ಅಥವಾ ಪ್ರವಾದಿ ಮೂಸಾ. ಮೋಸಸ್‌ನ ಅನೇಕ ಪ್ರವಾಡಗಳನ್ನು ಬೈಬಲ್ ಮತ್ತು ಕುರ್‌ಆನ್‌ನಲ್ಲಿ ವರ್ಣಿಸಲಾಗಿದೆ. ಮೋಸೆಸ್‌ನ ಈ ವಿಮೋಚನಾ ಹೋರಾಟ ಮತ್ತು ಅವರು ದೇವರಿಂದ ಪಡೆದ ಹತ್ತು ಆದೇಶಗಳ ಕುರಿತಾಗಿ ಬಂದ ಇಂಗ್ಲಿಷ್ ಚಲನಚಿತ್ರ 'ಟೆನ್ ಕಮಾಂಡ್‌ಮೆಂಟ್ಸ್' ತುಂಬಾ ಯಶಸ್ವಿಯಾಯಿತು. ಈ ಚಿತ್ರದಲ್ಲಿ ಮೂಸಾದ ಪ್ರಾರ್ಥನೆಯಂತೆ ದೇವರು ಸಮುದ್ರ ಮಧ್ಯದಲ್ಲಿ ಮೂಸಾದ ಅನುಯಾಯಿಗಳಿಗಾಗಿ ರಸ್ತೆಯನ್ನು ತೆರೆಯುತ್ತಾನೆ. ಕೆಂಪು ಸಮುದ್ರ ಇಬ್ಭಾಗವಾಗಿ ಮೋಸೆಸ್ ಮತ್ತವನ ಪರಿವಾರಕ್ಕೆ ಸಿನಾಯ್ ಬೆಟ್ಟ ಪ್ರದೇಶಕ್ಕೆ ಹೋಗಲು ದಾರಿ ನೀಡುತ್ತದೆ. ಮೋಸೆಸ್‌ನನ್ನು ಮತ್ತವನ ಅನುಯಾಯಿಗಳನ್ನು ಧ್ವಂಸಗೊಳಿಸಲು ಬಂದ ಫಿರ್‌ಔನ್‌ನ ಸೇನಾಧಿಕಾರಿಗಳು ಮತ್ತು ಸೈನಿಕರು ನೀರುಪಾಲು ಆಗುತ್ತಾರೆ. ಇದು ಗ್ರಂಥಗಳಲ್ಲಿ ವರ್ಣಿಸಲ್ಪಟ್ಟಿರುವ ವಿವರಗಳಿಂದ ತಯಾರಿಸಿದ ಚಲನಚಿತ್ರವಾಗಿತ್ತು.

ಮೋಸೆಸ್ ಕೆನಾನ್ ಕಡೆಗೆ ಹೋಗಿ ನೆಲೆಸಲು ತನ್ನ ಸಮುದಾಯದವರಿಗೆ ಆದೇಶಿಸುತ್ತಾನೆ. ಹಲವಾರು ವರ್ಷಗಳ ಪ್ರಯಾಣದ ನಂತರ ಈ ಸಮುದಾಯ ಸಿನಾಯ್ ಪ್ರದೇಶವನ್ನು ದಾಟಿ ಜೋರ್ಡಾನ್ ನದಿಯ ಪೂರ್ವದಂಡೆಯನ್ನು ಅಂದರೆ ಜೋರ್ಡಾನ್‌ನ ಪೂರ್ವಕ್ಕಿರುವ ಭೂಭಾಗದಲ್ಲಿ ನೆಲೆಸಿದರು. ಈ ಸಮಯದಲ್ಲಿ ಪ್ಯಾಲೇಸ್ತೀನನ್ನು ಮೆಸೆಪಟೋಮಿಯಾದ ಮೋಅಬ್ ರಾಜರು, ಪೂರ್ವದಲ್ಲಿ ಮಿದಿಯದ್ ರಾಜರು, ಪಶ್ಚಿಮದಲ್ಲಿ ಅಮ್ಮೋರೈಬ್‌ಗಳು ಸುತ್ತುವರಿದಿದ್ದರು. ಅವರು ಸದಾ ಯಹೂದಿಯರನ್ನು ವಿರೋಧಿಸುತ್ತಿದ್ದರು. ಆಗ ಪ್ಯಾಲೇಸ್ತೀನ್‌ಗೆ ಸ್ಥಿರವಾದ ಆಡಳಿತ, ಶಾಂತಿ, ಸುವ್ಯವಸ್ಥೆ ನೀಡಿದವನು ಕ್ರಿ.ಪೂ.1055ರಲ್ಲಿ ಅಧಿಕಾರಕ್ಕೆ ಬಂದ ಡೇವಿಡ್ ಅಥವಾ ದಾವೂದ್ ಎನ್ನುವ ಅರಸು. ಡೇವಿಡ್ ಮತ್ತವನ ವಾರಸುದಾರ ಸಾಲೋಮನ್ ಅಥವಾ ಸುಲೇಮಾನ್ ಹಾಗೂ ಅವರ ಉತ್ತರಾಧಿಕಾರಿಗಳು ಸುಮಾರು ಐನೂರು ವರ್ಷಗಳ ಕಾಲ ಪ್ಯಾಲೇಸ್ತೀನ್‌ನಲ್ಲಿ ಜನಪರವಾದ ಏಕದೇವ ಆರಾಧನೆಯ ಧಾರ್ಮಿಕ, ಸಾಮಾಜಿಕವಾಗಿ ಸುಭಿಕ್ಷೆಯ ಆಡಳಿತ ನೀಡಿತು. ಡೇವಿಡ್ ಒಬ್ಬ ಮುತ್ಸದ್ಧಿ ಹಾಗೂ ದಕ್ಷ ಆಡಳಿತಗಾರನಾಗಿದ್ದ. ಅವನ ಕಾಲದಲ್ಲಿ ಪ್ಯಾಲೇಸ್ತೀನ್‌ನ ಗಡಿಗಳು ಯೂಫ್ರೆಟಿಸ್ ನದಿಯುವರೆಗೂ

ವಿಸ್ತಾರಗೊಂಡಿತು. ಜೆರುಸಲೇಂ ಪ್ರದೇಶವನ್ನು ತನ್ನ ರಾಜ್ಯದ ರಾಜಧಾನಿಯನ್ನಾಗಿ ಮಾಡಿಕೊಂಡ. ಇಂದು ಸಿರಿಯಾದ ರಾಜಧಾನಿಯಾಗಿರುವ ಡಮಾಸ್ಕಸ್ ನಗರವನ್ನು ಹಲವು ರೀತಿಯಲ್ಲಿ ಅಭಿವೃದ್ಧಿಪಡಿಸಿದ. ರಕ್ಷಣೆ ದೃಷ್ಟಿಯಿಂದ ಡಮಾಸ್ಕಸ್ ನಗರವನ್ನು ಶಾಶ್ವತ ಸೈನಿಕ ನೆಲೆಯನ್ನಾಗಿ ಮಾಡಿಕೊಂಡ. 'ಯಹ್‌ವಾ' ಅಥವಾ 'ಯಹೂ' ನನ್ನು ಸ್ತುತಿಸಿರುವ ಅವನ ಕೀರ್ತನೆಗಳು ಹಳೇ ಒಡಂಬಡಿಕೆಯಲ್ಲಿವೆ.

ಡೇವಿಡ್‌ನ ಮಗ ಸಾಲೋಮನ್ ಅಥವಾ ಸುಲೇಮಾನ್ ಕ್ರಿ.ಪೂ.1015ರಲ್ಲಿ ಅಧಿಕಾರ ವಹಿಸಿಕೊಂಡನೆಂದು ದಾಖಲೆಗಳು ಹೇಳುತ್ತವೆ. ಇವನ ಕಾಲದಲ್ಲಿ ಪ್ಯಾಲೇಸ್ತೀನಿಯರು ಸಾಗರಮಾರ್ಗಗಳ ಮೂಲಕ ದೇಶ, ವಿದೇಶಗಳಲ್ಲಿ ವ್ಯಾಪಾರ ನಡೆಸಲಾರಂಭಿಸಿದರು. ಸುಲೇಮಾನನ ಹಡಗುಗಳು ಮೆಡಿಟರೇನಿಯನ್ ಸಮುದ್ರ ಮತ್ತು ಇತರೆ ಸಮುದ್ರಗಳ ಜಲಮಾರ್ಗಗಳಲ್ಲಿ ಸಂಚಾರ ನಡೆಸುತ್ತಿದ್ದವು. ಇದರಿಂದಾಗಿ ದೇಶದಲ್ಲಿ ಸಂಪತ್ತಿನ ಅಭಿವೃದ್ಧಿ ಮತ್ತು ಸಂತಸಗಳು ನೆಲೆಯೂರಿದವು. ಅವನ ಮರಣದ ನಂತರ, ದೇಶ ಎರಡು ಭಾಗಗಳಾಗಿ ಒಡೆಯಿತು. ಪ್ಯಾಲೇಸ್ತೀನಿನ ಉತ್ತರದಲ್ಲಿ ಇಸ್ರೇಲ್ ರಾಜ್ಯ ಉದಯವಾಯಿತು. ಅಲ್ಲಿ ಯಹೂದಿಯರ ಹತ್ತು ಕುಲದವರು ಆಡಳಿತ ನಡೆಸತೊಡಗಿದರು. ದಕ್ಷಿಣದಲ್ಲಿ ಜೂಡಾ ಹೆಸರಿನಲ್ಲಿ ಎರಡು ಕುಲದವರು ರಾಜ್ಯಭಾರ ಮಾಡಲಾರಂಭಿಸಿದರು. ನಂತರ ಶತಮಾನಗಳಲ್ಲಿ ಅಧೀರಿಯನ್ನರು, ಬ್ಯಾಬಿಲೋನಿನ್ ಚಾಲಿಡಿಯನ್ನರು ಈ ಪ್ರದೇಶಗಳನ್ನು ಆಕ್ರಮಿಸಿಕೊಂಡರು. ಪ್ರಾರ್ಥನಾ ಮಂದಿರಗಳನ್ನು ಆಕ್ರಮಿಸಿಕೊಂಡರು. ಪ್ರಾರ್ಥನಾ ಮಂದಿರಗಳನ್ನು ಕೆಡವಿ ಹಾಕಲಾಯಿತು. ಯಹೂದಿ ಕುಲಗಳನ್ನು ಗಡೀಪಾರು ಮಾಡಲಾಯಿತು. ಪ್ಯಾಲೇಸ್ತೀನಿನಲ್ಲಿ ಅಧಿಕಾರ ಕಳೆದುಕೊಂಡ ಯಹೂದಿಯರು ಜೀವನಕ್ಕಾಗಿ ನೆಲೆಗಳನ್ನು ಅರಸುತ್ತಾ ಮತ್ತೆ ಅಲೆಮಾರಿ ಜನಾಂಗವಾಯಿತು. ದೇಶ ತೊರೆದು ವಿದೇಶಗಳಿಗೆ ವಲಸೆ ಹೋಗಿ ಅಲ್ಲಿಯೇ ವಾಸಮಾಡತೊಡಗಿತು.

ಹಿಬ್ರೂ ಅಥವಾ ಯಹೂದಿಗಳು ಪ್ಯಾಲೇಸ್ತೀನ್‌ನೊಂದಿಗೆ ಹೊಂದಿರುವ ಸಂಬಂಧ ಅವರ ಹುಟ್ಟು ಮತ್ತು ದೀರ್ಘ ಕಾಲದ ಅವರ ನೆಲೆಸುವಿಕೆಯನ್ನು ಆಧರಿಸಿಲ್ಲ. ಬದಲಿಗೆ, ಅವರು ವಲಸೆ, ದಂಡಯಾತ್ರೆಗಳ ಮೂಲಕ ಆಕ್ರಮಿಸಿರುವುದು ಕಂಡುಬರುತ್ತದೆ. ಈ ವಲಸೆ, ದೇವರ ಆದೇಶದ ಹೆಸರಿನಲ್ಲಿ ಗತಕಾಲದಲ್ಲಿ ಎಲ್ಲೋ ಪ್ರಾರಂಭವಾಗುತ್ತದೆ. ನಂತರ ಅದನ್ನೇ ಅವರು ತಮ್ಮ ಹಕ್ಕು ಇದು ಎಂದು ಪ್ರತಿಪಾದಿಸುತ್ತಾ ಮೂಲನಿವಾಸಿಗಳನ್ನು ಹತ್ತಿಕ್ಕುತ್ತಾರೆ. ಇವತ್ತಿನ ಪ್ಯಾಲೇಸ್ತೀನಿ ಅರಬರು ಮಂಡಿಸುವ ವಾದಕ್ಕೆ ಪೂರಕವಾಗಿ ಅವರು ಸುಮಾರು 7ನೇ ಶತಮಾನದಿಂದ ಅವರು ಅಲ್ಲಿ ನಿರಂತರವಾಗಿ ನೆಲೆಸಿರುವುದಕ್ಕೆ ಐತಿಹಾಸಿಕ ದಾಖಲೆಗಳಿವೆ. ಈ ದಾಖಲೆಗಳು ಅರಬ್ಬರ ಹಕ್ಕುಗಳನ್ನು ಸಮರ್ಥಿಸುತ್ತವೆ. ಯಹೂದಿಗಳಿಗೆ ಹೋಲಿಸಿದರೆ ಅದಕ್ಕೆ ತದ್ವಿರುದ್ಧವಾಗಿ ಅರಬ್ಬರು ಇಲ್ಲಿಯ ಮೂಲ ನಿವಾಸಿಗಳು. ಇಲ್ಲಿಯೇ ಹುಟ್ಟಿ, ಬೆಳೆದು, ತಮ್ಮ ಪ್ರಭುತ್ವ ಸ್ಥಾಪಿಸಿ ಅದನ್ನು ಶಾಶ್ವತಗೊಳಿಸಲು ಹೋರಾಡುವವರು. ಯಹೂದಿಗಳಂತೆ ಒಮ್ಮೆ ಅಲ್ಲಿಂದ, ಮತ್ತೊಮ್ಮೆ ಈಜಿಪ್ಟ್‌ನಿಂದ ವಲಸೆ ಬಂದವರಲ್ಲ ಅವರು. ದೀರ್ಘಕಾಲದ ಚರಿತ್ರೆ ಇದನ್ನು ಸ್ಪಷ್ಟಪಡಿಸುತ್ತದೆ.

1948ರಲ್ಲಿ ಪ್ಯಾಲೇಸ್ತೀನ್‌ನ ಒಂದು ಭಾಗದಲ್ಲಿ ಸ್ಥಾಪಿಸಿರುವ ಇಸ್ರೇಲ್ ದೇಶದ ಸ್ಥಾಪನೆಗೆ ಯಹೂದಿಗಳು ನೀಡುವ ಸಮರ್ಥನೆ ಆಧಾರ, ಪೌರಾಣಿಕ ಕಥೆ, ಧಾರ್ಮಿಕ ಗ್ರಂಥಗಳ ಉಲ್ಲೇಖಗಳು ಪರಿಚಯ ಮಾಡಿಸಲು ಮೇಲ್ಕಾಣಿಸಿದ ವಿವರಗಳನ್ನು

ನೀಡಬೇಕಾಯಿತು. ಇಲ್ಲಿ ಪ್ರಸ್ತಾಪಿಸುವ ಎಲ್ಲಾ ವ್ಯಕ್ತಿಗಳನ್ನು ಅಬ್ರಹಾಂದಿಂದ ಸುಲೇಮಾನ್‌ವರೆಗೂ ಅವರು ಧರ್ಮ ಪ್ರವಾದಿಗಳು ಅವರು ಉಪದೇಶಿಸಿದ್ದು ಮತ್ತು ಅನುಸರಿಸಿದ್ದು ಇಸ್ಲಾಂ ಧರ್ಮವೆಂದು ಮುಸಲ್ಮಾನರು ನಂಬುತ್ತಾರೆ. ಅವರು ಯಹೂದಿಗಳ ಪ್ರವಾದಿಗಳು ಅಥವಾ ಇಸ್ರಲಟ್ ಪ್ರವಾದಿಗಳು ಎಂದು ಯಹೂದಿಯರು ಹೇಳುತ್ತಾರೆ. ಹಳೆಯ ಒಡಂಬಡಿಕೆ ಬೈಬಲಿನ ಒಂದು ಭಾಗವೇ ಆಗಿದೆ. ಆದ್ದರಿಂದ ಅವರು ನಮ್ಮ ದೇವರ ಸುವಾರ್ತೆಯನ್ನು ನೀಡಲು ಬಂದವರು ಎಂದು ಕ್ರಿಶ್ಚಿಯನ್ನರು ಸಾಧಿಸುತ್ತಾರೆ. ಎಲ್ಲರೂ ಪ್ರವಾದಿಗಳನ್ನು ತಮ್ಮವರೆಂದು ಅವರ ಮೂಲಕ ಭೂಮಿಯ ಹಕ್ಕು ಕೇಳುವವರೇ ವಿನಹಃ ಧಾರ್ಮಿಕವಾಗಿ ಏಕತೆ ಮತ್ತು ಸೌಹಾರ್ದತೆಯನ್ನು ಸಾಧಿಸುವ ಮೂಲಕ ಪ್ರದೇಶದ ನಾಗರೀಕರಿಗೆ ಶಾಂತಿ, ನೆಮ್ಮದಿ ನೀಡುವವರಲ್ಲ. ಕೇವಲ ತಮ್ಮ ವಾದ ಸಮರ್ಥನೆಗಳಿಗೆ ಅಚಾರಿತ್ರಿಕ ಸಂಗತಿಗಳನ್ನು ಮುಂದಿಟ್ಟು ಜನರ ಯೋಚನೆಗಳಿಗೆ ಕಡಿವಾಣ ಹಾಕಲು ಬಯಸುವವರು ಈ ಯಹೂದಿ ನಾಯಕರು.

ಒಂದಾನೊಂದು ಕಾಲದಲ್ಲಿ ಯಹೂದಿಗಳ ಮೂಲ ವಂಶಸ್ಥರು ದೇವರು ನೀಡಿದ ಭರವಸೆಯಂತೆ ಇಲ್ಲಿ ನೆಲೆಸಿದ್ದರು. ನಂತರ ಆದ ಆಕ್ರಮಣದಿಂದ ಜಗತ್ತಿನಾದ್ಯಂತ ಚದುರಿಹೋದ ಯಹೂದಿಗಳು ಸಂಘಟಿತರಾಗಿ ಈಗ ಪ್ಯಾಲೇಸ್ತೀನ್‌ನನ್ನು ನಮ್ಮ ವಸಾಹತು ಮಾಡಿಕೊಂಡು ಇಸ್ರೇಲ್ ರಾಷ್ಟ್ರ ಕಟ್ಟುತ್ತೇವೆ ಎನ್ನುವ ವಾದವನ್ನು ಒಪ್ಪಲಾಗದು. ಏಕೆಂದರೆ, ಇದನ್ನೇ ಅಂತರಾಷ್ಟ್ರೀಯವಾಗಿ ರಾಜಿಸೂತ್ರವಾಗಿ ಒಪ್ಪಿಕೊಂಡರೆ ಇಡೀ ಯುರೋಪು ಅಲ್ಲೋಲ-ಕಲ್ಲೋಲವಾಗುತ್ತದೆ. ಸುಮಾರು 800 ವರ್ಷಗಳಷ್ಟು ಕಾಲ ಯುರೋಪಿನ ಬಹುತೇಕ ಭಾಗಗಳನ್ನು ಆಕ್ರಮಿಸಿ ಅರಬ್ ಮುಸ್ಲಿಮರು ತಮ್ಮದೇ ಪ್ರಭುತ್ವ ಸ್ಥಾಪಿಸಿದ್ದರು. ಯುರೋಪಿಯನ್ನರು, ಸ್ಪೇನಿಯಾರ್ಡರು ಮತ್ತು ಪೋರ್ಚುಗೀಸರು ಹೊಸ ಜಲಮಾರ್ಗದ ಮೂಲಕ ದಕ್ಷಿಣ ಮತ್ತು ಮಧ್ಯ ಅಮೇರಿಕಾ ಆಕ್ರಮಿಸಿ ಮೆಕ್ಸಿಕೋ, ಚಿಲಿ ಮುಂತಾದ ಕಡೆ ತಮ್ಮ ತಮ್ಮ ವಸಾಹತುಗಳನ್ನು ಸ್ಥಾಪಿಸಿದ್ದರು. ಅಲ್ಲದೇ 16ನೇ ಶತಮಾನದಿಂದ 20ನೇ ಶತಮಾನದ ಮಧ್ಯಭಾಗದವರೆಗೂ, ಯುರೋಪಿನ ಸಾಮಾಜ್ರಶಾಹಿ ರಾಷ್ಟ್ರಗಳು ಏಷ್ಯಾ, ಆಫ್ರಿಕಾ ದೇಶಗಳನ್ನು ಆಕ್ರಮಿಸಿ ತಮ್ಮ ವಸಾಹತುಗಳನ್ನಾಗಿ ಮಾಡಿಕೊಂಡಿದ್ದರು. ಯಹೂದಿಗಳು 1948ರಲ್ಲಿ ಮಾಡಿದ ಆಕ್ರಮಣಕ್ಕೆ ನೀಡಿರುವ ಸಮರ್ಥನೆಯನ್ನು ಅನುಸರಿಸಿದ್ದಲ್ಲಿ ಯುರೋಪಿನಲ್ಲಿ ಅರಬರು ಮತ್ತೆ ಆಕ್ರಮಣ ಮಾಡಬಹುದಲ್ಲವೆ? ಏಷ್ಯಾ, ಆಫ್ರಿಕ ಖಂಡಗಳಲ್ಲಿರುವ ಸ್ವತಂತ್ರ ದೇಶಗಳನ್ನು ಯುರೋಪ್ ದೇಶಗಳು ಆಕ್ರಮಿಸಿ ತಮ್ಮ ಪ್ರಭುತ್ವ ಹೇರಬಹುದಲ್ಲವೇ? ಈ ಪ್ರಶ್ನೆಗಳಿಗೆ ಯಹೂದಿಯರು ಉತ್ತರಿಸುವರೇ?

ಜಗತ್ತಿನಾದ್ಯಂತ ಚದುರಿ ಹೋದರೂ ಯಹೂದಿಯರು ತಾವು ಆಶ್ರಯಪಡೆದ ದೇಶಗಳ ಪ್ರತ್ಯೇಕವಾದ ಭೂಭಾಗಗಳಲ್ಲಿ ತಮ್ಮ ಕಾಲೋನಿಗಳನ್ನು ತೆರೆದು ಆಯಾ ದೇಶಗಳ ಅಭಿವೃದ್ಧಿಯಲ್ಲಿ ಸಕ್ರಿಯವಾಗಿ ಪಾಲ್ಗೊಂಡರು. ಆಶ್ರಯ ನೀಡಿದ ದೇಶಗಳ ಕೈಗಾರಿಕಾ ಉತ್ಪಾದನೆ, ವ್ಯಾಪಾರ, ಕೃಷಿ ಚಟುವಟಿಕೆಗಳಲ್ಲಿ ತಮ್ಮನ್ನು ತೊಡಗಿಸಿಕೊಂಡರು. ಆಯಾ ದೇಶಗಳ ಭಾಗವೇ ಆಗಿ, ಅಲ್ಲಿನ ನಾಗರಿಕರಾಗಿ ಆಯಾ ದೇಶಗಳ ಸರ್ವತೋಮುಖ ಬೆಳವಣಿಗೆಗಳಿಗೆ ತಮ್ಮ ಕಾಣಿಕೆ ನೀಡಿದರು. ಯಾವ ದೇಶದಲ್ಲಿ ನೆಲೆಸಿದರೂ ಧಾರ್ಮಿಕವಾಗಿ ಮಾತ್ರ ಅವರು ಪ್ರತ್ಯೇಕವಾಗಿ ಉಳಿದರು. ತಮ್ಮ ಹಿರಿಯರು ಮತ್ತು ಪೂರ್ವಜರು ಧಾರ್ಮಿಕವಾಗಿ ಆಚರಿಸುತ್ತಿದ್ದ ಎಲ್ಲಾ ಆಚಾರಗಳನ್ನು, ವಿಧಿ-ವಿಧಾನ, ಪ್ರಾರ್ಥನೆ, ನಂಬಿಕೆಗಳನ್ನು ಚಾಚೂ ತಪ್ಪದೆ ಪಾಲಿಸುತ್ತಿದ್ದರು. ಯಹೂದಿಯರ ಹಬ್ಬ, ಸಂಪ್ರದಾಯ,

ಆಹಾರ ಪದ್ಧತಿ, ಧಾರ್ಮಿಕ ಆಚರಣೆಗಳನ್ನು ಇಲ್ಲಿಯೂ ಮುಂದುವರೆಸಿದರು. ಹೀಬ್ರೂ ಅವರ ಮನೆಮಾತು, ಮಾತೃಭಾಷೆಯಾಗಿ ಯಹೂದಿಯರ ಪರಸ್ಪರ ಸಂವಹನ ಮಾಧ್ಯಮವಾಗಿ ಬಳಕೆಯಾಗುತ್ತಿತ್ತು. ಅವರು ತಮ್ಮ ಜೀವನ ಕ್ರಮವನ್ನು ನೂರಾರು ವರ್ಷಗಳ ಕಾಲ ತಾವು ಆಶ್ರಯ ಪಡೆದ ದೇಶಗಳಲ್ಲಿ ಮುಂದುವರೆಸಿಕೊಂಡು ಬಂದರು. ಆಸರೆ ಪಡೆದ ದೇಶಗಳಲ್ಲಿ ಶಾಂತಿಯುತವಾಗಿ ತಮ್ಮ ಬದುಕನ್ನು ಸಾಗಿಸುತ್ತಾ, ಆಯಾ ದೇಶಗಳ ಮರ್ಜಿಗಳಿಗೆ ಅನುಗುಣವಾಗಿ ಬದುಕು ಸಾಗಿಸುತ್ತಾ ಆಶ್ರಯ ನೀಡಿದ ದೇಶಗಳ ವಿದೇಶಿ ವ್ಯಾಪಾರ, ಕೈಗಾರಿಕೆ, ಹಣಕಾಸಿನ ವಹಿವಾಟುಗಳಲ್ಲಿ ಮೇಲುಗೈ ಸಾಧಿಸಿದರು. ರಾಜಕೀಯ, ಸಾಮಾಜಿಕ ರಂಗಗಳಲ್ಲಿ ಯಹೂದಿಗಳ ಲಾಭ ಮತ್ತು ಪ್ರಭಾವ ಎಲ್ಲಾ ಕಡೆ ಎದ್ದು ಕಾಣತೊಡಗಿತು.

ಆಶ್ರಯದಾತ ದೇಶಗಳ ಜನತೆ 18ನೇ ಶತಮಾನದ ಉತ್ತರಾರ್ಧದಲ್ಲಿ ಯಹೂದಿಯರ ವಿರುದ್ಧ ಅಸಹನೆ ವ್ಯಕ್ತಪಡಿಸಲು ಪ್ರಾರಂಭಿಸಿತು. ಯಹೂದಿಯರು ಯಾವ ದೇಶದಲ್ಲಿ ನೆರವು ಬಯಸಿ ನೆಲೆ ನಿಂತರೂ, ಆ ದೇಶದ ಹಿಂತಚಿಂತಕರಾಗಲಿಲ್ಲ. ಆ ದೇಶದ ಭಾಗವಾಗಲಿಲ್ಲ. ಅವರಿಗೆ ಯಾವುದೇ ವಾಣಿಜ್ಯ ಚಟುವಟಿಕೆಯಿಂದ ಕೈಗಾರಿಕೆ, ಹಣಕಾಸು, ರಕ್ಷಣೆ, ವಿಜ್ಞಾನ, ವಿದ್ಯಾಭ್ಯಾಸ ಇತ್ಯಾದಿ ದೇಶಕ್ಕೆ ಆಗುವ ಅನುಕೂಲಕ್ಕಿಂತ ತಮಗೆ ಸಿಗುವ ಲಾಭ ಮುಖ್ಯವಾಗಿತ್ತು ಎಂಬ ಭಾವನೆ ಮೂಡಿಸಿದರು. ಎಲ್ಲಾ ರಂಗಗಳಲ್ಲಿ ಸಕ್ರಿಯವಾಗಿ ಭಾಗವಹಿಸಿ ಸಂಪೂರ್ಣ ಲಾಭ ಪಡೆಯುವುದೇ ಮುಖ್ಯವಾಗಿದ್ದ ಯಹೂದಿಯರನ್ನು ಸ್ಥಳೀಯರು ಇವರು ನಮ್ಮ ಶೋಷಕರು ಎಂದು ದ್ವೇಷಿಸತೊಡಗಿದರು. ಇಡೀ ಯುರೋಪಿನಾದ್ಯಂತ ಯಹೂದಿ–ದ್ವೇಷ ಭಾವನೆ ಹರಡಿತು. ದೇಶದ ಮೂಲನಿವಾಸಿಗಳಾಗದಿದ್ದರೂ, ಪ್ರಜೆಗಳಾಗದಿದ್ದರೂ, ಆಶ್ರಯದಾತರ ದೇಶಗಳಲ್ಲಿ ಯಹೂದಿಗಳು ಪ್ರಭಾವಿ ಶ್ರೀಮಂತವರ್ಗವಾಗಿತ್ತು. ಇದು ಮೂಲ ನಿವಾಸಿಗಳಲ್ಲಿ ದ್ವೇಷ, ಅಸಹನೆ ಬೆಳೆಯಲು ಕಾರಣವಾಯಿತು. ಯುರೋಪ್ ಸರಕಾರಗಳು ಯಹೂದಿಗಳನ್ನು ತಮ್ಮ ದೇಶದಿಂದ ಹೊರ ಹೋಗುವಂತೆ ಯಹೂದಿಯರಿಗೆ ಸೂಚನೆ ನೀಡಲು ಪ್ರಾರಂಭಿಸಿದರು. ಇದರಿಂದ ಜಾಗರೂಕತೆ ವಹಿಸಿದ ಯಹೂದಿಯರು ತಮಗೆ ತಮ್ಮ ದೇವರು ನೀಡಿದ ವಾಗ್ದಾನವನ್ನು ಮತ್ತೆ ನೆನಪಿಗೆ ತಂದುಕೊಂಡರು. ಜಿಯೋನಿಸಂ ಛತ್ರಿಯ ಅಡಿಯಲ್ಲಿ ಪ್ಯಾಲೇಸ್ತೀನಿನಲ್ಲಿ ನೀರು, ನೆಲ, ನೆಮ್ಮದಿಯ ಅವರದೇ ರಾಜ್ಯವನ್ನು ರೂಪಿಸಲು ಹುನ್ನಾರ ಹೂಡಿದರು. ತಮ್ಮ ವಾದ ಸಮರ್ಥನೆಗಾಗಿ ತಮ್ಮ ಧರ್ಮಗ್ರಂಥ ತೌರಾತ್ ಮತ್ತು ಕ್ರಿಶ್ಚಿಯನ್ನರ ಹಳೆಯ ಒಡಂಬಡಿಕೆಯನ್ನು ಬಡಬಡಿಸುವ ಯಹೂದಿ ಆಕ್ರಮಣಕಾರರು ಆ ಧರ್ಮಗ್ರಂಥಗಳಲ್ಲಿ ಹೇಳಿರುವ ಯಾವ ಮಾನವೀಯ ಗುಣವನ್ನು ಅನುಸರಿಸದಿರುವುದು, ಧಾರ್ಮಿಕ ವಿಪರ್ಯಾಸವೇ ಸರಿ. ಧಾರ್ಮಿಕವಾಗಿ, ಪೌರಾಣಿಕವಾಗಿ ಅನೇಕ ಸಾಮ್ಯತೆ, ಸಾಮರಸ್ಯಗಳನ್ನು ಹೊಂದಿದ್ದರೂ ಅವು ತಾರ್ಕಿಕವಾಗಿ ಪ್ಯಾಲೇಸ್ತೀನ್ ಜನತೆಗೆ ಯಾವುದೇ ನೆಮ್ಮದಿ ನೀಡುತ್ತಿಲ್ಲ ಎನ್ನುವುದು ವಿಷಾದನೀಯ. ಬದಲಿಗೆ ಅವು ಪ್ಯಾಲೇಸ್ತೀನಿಯರ ಹೋರಾಟವನ್ನು ಯಹೂದಿಯರು, ಕ್ರಿಶ್ಚಿಯನ್ನರು ಮುಸಲ್ಮಾನರು ಪರಸ್ಪರ ವಿರುದ್ಧ ನಡೆಸುತ್ತಿರುವ ಹೋರಾಟ ಎನ್ನುವ ರೂಪ ಪಡೆಯುತ್ತಿರುವುದು, ಧಾರ್ಮಿಕ ತಾಕಲಾಟಗಳನ್ನು ಸೃಷ್ಟಿಸಿರುವುದು ಖಂಡನೀಯ.

ಪ್ಯಾಲೇಸ್ತೀನ್ ಪದಕ

ಅರಳುವ ಹೂಗಳ ಮೇಲೆ ಹಗೆ
ಬೆಂಕಿ ಬಿರುಗಾಳಿ ಮಳೆ,
ಅಮಾಯಕ ಜೀವಗಳ ಬಲಿ
ಬೇಡುತಿಹನು ಅಮೇರಿಕೆ ಕೂಸು ಇಸ್ರೇಲಿ
ಅನಾಥರಾದರು ಮಕ್ಕಳು
ಅತಂತ್ರರಾದರು ಮುದುಕರು
ಕಳೆದುಹೋದವರ ಅರಸುತ್ತಾ
ಅಲೆದಾಡುತಿಹರು ಬಂಧುಗಳು,
ಸಾಮ್ರಾಜ್ಯಶಾಹಿಯ ಪಲ್ಲಂಗದಲಿ
ಬುರುಡೆಗಳ ತಲೆದಿಂಬು,
ಪ್ರತಿಭಟಿಸಿದವರು ಮಲಗಿಹರು ಹೆಣವಾಗಿ
ಅಪ್ಪ–ಅಮ್ಮ, ಸಹೋದರ–ಸಹೋದರಿಯರು,
ರಕ್ತ ಪಿಪಾಸುಗಳ ಆಡಳಿತಕ್ಕೆ
ಕಣ್ಣೀರಿನ ಅಭಿಷೇಕ,
ಪ್ಯಾಲೇಸ್ತೀನ್ ಆಗಿದೆ
ಮಾನವತೆಯ ದುರಂತ ಪದಕ.

– ಎಂ. ಇಕ್ಬಾಲ್ ಹುಸೇನ್

ನಮ್ಮ ಪ್ರಕಟಣೆಗಳು

ರಥಿಕ ಸಾರಥಿ ಸಂವಾದ (ಭಗವದ್ಗೀತೆಯ ಭೌತವಾದಿ ವ್ಯಾಖ್ಯಾನ)	ಲೇ:ವಿ.ಎಂ.ಮೋಹನರಾಜ್ ಅನು:ಡಾ. ಮಹಾಬಲೇಶ್ವರ ರಾವ್	ರೂ.110	2013
ಕಾರ್ಪೋರೇಟ್ ಕಾಲದಲ್ಲೂ ಕಾರ್ಲ್ ಮಾರ್ಕ್ಸ್ ಪ್ರಸ್ತುತ	ಲೇ:ಟೆರಿ ಈಗಲ್ಟನ್ ಅನು:ರಾಹು	ರೂ.260	2014
ಒಡಲ ಬೆಂಕಿ ಆರದಿರಲಿ – ಕಟ್ಟುಬಳ್ಳ ಲೇಖನಗಳು	ಲೇ:ವಸು ಮಳಲಿ	ರೂ.140	2015
ಸೆಕ್ಯುಲರ್ವಾದ ಮತ್ತು ಅದರ ಬಗೆಗಿನ ಅತೃಪ್ತಿಗಳು	ಪ್ರೊ.ಅಮರ್ತ್ಯ ಸೇನ್ ಅನು: ಎಸ್.ಶಿವಾನಂದ ಸಾಸ್ವೆಹಳ್ಳ	ರೂ.60	2015
ಹಿಂದುತ್ವ ರಾಜಕಾರಣ ಅಂದು ಇಂದು ಮುಂದು	ಬಿ. ಶ್ರೀಪಾದ	ರೂ.180	2015
ಗೂಡು ಮತ್ತು ಆಕಾಶ	ಸಬಿತಾ ಬನ್ನಾಡಿ	ರೂ.100	2017
ಅಂಬೇಡ್ಕರ್ ಮತ್ತು ಎಡರಾಜಕಾರಣ ಮುನ್ನಡೆಯ ಹಾದಿ	ಆನಂದ ತೇಲುಂಬ್ಡೆ ಅನು: ಟಿ ಎಲ್. ಕೃಷ್ಣೇಗೌಡ	ರೂ.50	2018
ಮೊಸ್ಕೋದ ಆ ದಿನಗಳು	ಡಾ. ಕೆ ಸುಶೀಲ	ರೂ.90	2019
ವಾಸ್ತುಶಾಸ್ತ್ರ ತಿರುಳೂ ತಿಳಿಗೇಡಿತನವೂ	ಆರ್.ವಿ.ಆಚಾರಿ ಅನು: ಕೆ ಪ್ರಭಾಕರನ್	ರೂ.175	2021
ವ್ಯಕ್ತಿ–ವಿಚಾರ			
ಸಹಯಾನ	ಸಂಪಾದಕರು: ಎಂ. ಜಿ. ಹೆಗಡೆ	ರೂ.50	2008
ಜ್ಯೋತಿ ಬಸು ಅಧಿಕೃತ ಜೀವನ ಚರಿತ್ರೆ	ಮೂಲ: ಸುರಭಿ ಬ್ಯಾನರ್ಜಿ, ಅನು: ರಾಹು	ರೂ.350	2010
ಹೀಗಿದ್ದರು ಭಗತ್‌ಸಿಂಗ್ ಮತ್ತು ಚೆ ಗೆವಾರ	ಸಂಗ್ರಹ ಅನುವಾದ: ದೀಪ್ತಿ ಬಿ.	ರೂ.20	2011
Capt. Laxmi - Memoirs and Tributes	*Capt.Laxmi and Subhashini Ali*	Rs.75	2013
ಫೈಜ್‌ನಾಮಾ	ಹಸನ್ ನಯೀಂ ಸುರಕೋಡ	ರೂ.190	2013
ಸ್ಯಾಮ್ ಅಂಕಲ್‌ಗೆ ಪತ್ರಗಳು ಮತ್ತು ಇತರ ಕಿಡಿಗೇಡಿ ಬರಹಗಳು	ಸಾದತ್ ಹಸನ್ ಮಂಟೋ ಅನು:ಹಸನ್ ನಯೀಂ ಸುರಕೋಡ	ರೂ.140	2013
ಒಬ್ಬ ಕೈದಿಯ ಕತೆ	ಮೌಲಾನಾ ಹಸರತ್ ಮೊಹಾನಿ ಅನು:ಹಸನ್ ನಯೀಂ ಸುರಕೋಡ	ರೂ.85	2014

ಪುಸ್ತಕ ಮಾಲಿಕೆಗಳು

ಭಾರತದ ಜನ ಇತಿಹಾಸ

ಪೂರ್ವೇತಿಹಾಸ (ಭಾಗ – 1)	ಲೇ:ಇರ್ಫಾನ್ ಹಬೀಬ್, ಅನು:ಬಿ ಪ್ರದೀಪ್ ಬಿ	ರೂ.90	2008
ಸಿಂಧೂ ನಾಗರಿಕತೆ (ಭಾಗ – 2)	ಲೇ:ಇರ್ಫಾನ್ ಹಬೀಬ್, ಅನು:ಬಿ ಪ್ರದೀಪ್ ಬಿ ಮತ್ತು ಎಸ್.ಎಸ್. ಜೈಕುಮಾರ್	ರೂ.135	2011

ವೈದಿಕ ಯುಗ (ಭಾಜಇ – 3)	ಲೇ:ಇರ್ಫಾನ್ ಹಬೀಬ್, ವಿಜಯಕುಮಾರ್ ಠಾಕುರ್ ಅನು:ಸಿ ಚಂದ್ರಪ್ಪ ಮತ್ತು ಬಿ ಪ್ರದೀಪ್	ರೂ.100	2014
ಕಬ್ಬಿಣದ ಯುಗ ಮತ್ತು ಧಾರ್ಮಿಕ ಕ್ರಾಂತಿ (ಕ್ರಿ.ಪೂ.700–350) (ಭಾಜಇ – 4)	ಲೇ:ಕೃಷ್ಣ ಮೋಹನ್ ಶ್ರೀಮಾಲಿ ಅನು:ನಾ ದಿವಾಕರ	ರೂ.140	2015
ಮೌರ್ಯರ ಕಾಲದ ಭಾರತ (ಭಾಜಇ – 5)	ಲೇ:ಇರ್ಫಾನ್ ಹಬೀಬ್, ವಿವೇಕಾನಂದ ಝಾ ಅನು:ನಗರಗೆರೆ ರಮೇಶ್	ರೂ.160	2014
ಮೌರ್ಯರ ನಂತರದ ಭಾರತ ಕ್ರಿ.ಪೂ.200–ಕ್ರಿ.ಶ.300 ರಾಜಕೀಯ ಮತ್ತು ಆರ್ಥಿಕ ಇತಿಹಾಸ (ಭಾಜಇ – 6)	ಲೇ:ಇರ್ಫಾನ್ ಹಬೀಬ್, ಅನು:ಎಸ್. ಎನ್.ಸ್ವಾಮಿ	ರೂ.140	2020
ಮೌರ್ಯಾನಂತರದ ಭಾರತದಲ್ಲಿ ಸಮಾಜ ಮತ್ತು ಸಂಸ್ಕೃತಿ ಕ್ರಿ.ಪೂ.200–ಕ್ರಿ.ಶ.300 (ಭಾಜಇ – 7)	ಲೇ:ಬೈರಬಿ ಪ್ರಸಾದ್ ಸಾಹು, ಕೇಶವನ್ ವೇಲುತಾಟ್ ಅನು:ಟಿ. ವೆಂಕಟೇಶ ಮೂರ್ತಿ	ರೂ.90	2020
ಭಾರತದ ಆರ್ಥಿಕತೆ – ಬ್ರಿಟೀಷ್ ಆಳ್ವಿಕೆಯ ಪ್ರಾರಂಭಿಕ ಹಂತದಲ್ಲಿ 1757–1857 (ಭಾಜಇ – 25)	ಲೇ:ಇರ್ಫಾನ್ ಹಬೀಬ್, ಅನು:ಕೆ. ಎಮ್.ಲೋಕೇಶ್	ರೂ.140	2020
ಭಾರತದ ಆರ್ಥಿಕತೆ 1858–1914 (ಭಾಜಇ – 28)	ಲೇ:ಇರ್ಫಾನ್ ಹಬೀಬ್, ಅನು:ಕೆ. ಎಮ್.ಲೋಕೇಶ್	ರೂ.180	2014
	ನಿಮಗೆ ತಿಳಿದಿರಲಿ		
ಡಿಡಿ ಕೊಸಾಂಬಿ	**ಸಂ: ವಸಂತರಾಜ ಎನ್. ಕೆ.**	ರೂ.85	2010
ಆಧುನಿಕೋತ್ತರವಾದ (ಪೋಸ್ಟ್ ಮಾರ್ಡನಿಸಂ)	ಐಜಾಝ್ ಅಹ್ಮದ್ ಅನು: ಪ್ರಕಾಶ್ ಕೆ.	ರೂ.75	2013
ಗಲ್ಫ್ ಯುದ್ಧ : 1990–91 (ಸಾಮ್ರಾಜ್ಯಶಾಹಿಯ ಪುನರಾಗಮನ)	ಬಾರ್ಕೂರು ಉದಯ	ರೂ.150	2014
ಸೋವಿಯೆತ್ ಒಕ್ಕೂಟ	ವಸಂತರಾಜ ಎನ್.ಕೆ	ರೂ.80	2014
ಬಿಡುಗಡೆಗಾಗಿ ಶಿಕ್ಷಣ	ಡಾ.ಮಹಾಬಲೇಶ್ವರ ರಾವ್	ರೂ.110	2015
ಪ್ಯಾಲೇಸ್ತೀನ್ ಪ್ರಶ್ನೆ	ಎಂ.ಇಕ್‌ಬಾಲ್ ಹುಸೇನ್, ವಸಂತರಾಜ ಎನ್.ಕೆ	ರೂ.60	2016
	ಸ್ಯಾಂಪಲ್ ಓದು		
ಕ್ಯೂಬಾ ಕ್ರಾಂತಿ ಮತ್ತು ಮನುಕುಲದ ಪ್ರಗತಿ– ಕ್ಯಾಸ್ಟ್ರೋ	ಮೂಲ: ಫೀಡೆಲ್ ಕ್ಯಾಸ್ಟ್ರೋ ಭಾಷಣ ಅನು: ರವಿಕುಮಾರ್ ಕೆ.ಎಸ್	ರೂ.20	2008
ಕ್ಯೂಬಾದಲ್ಲಿ ಸಮಾಜವಾದ ಮತ್ತು ಮಾನವ – ಚೆ ಗವೆರಾ	ಮೂಲ: ಅರ್ನೆಸ್ಟೋ ಚೆ ಗುವೆರಾ, ಅನು: ಎಸ್. ಕೆ. ಗೀತಾ	ರೂ.15	2009
Socialism and Man in Cuba	*Che Guevara*	Rs.25	2013
Battle of Ideas	*Fidel Castro*	Rs.35	2013

ಮಾರ್ಕ್ಸ್ ಮತ್ತು ಎಂಗೆಲ್ಸ್ ಒಂದು ಜೀವನ ಚರಿತ್ರೆ	ಮೂಲ: ಆರ್ನೆಸ್ಟೋ ಚೆ ಗುವೆರಾ, ಅನು: ವಿಶ್ವ ಕುಂದಾಪುರ	ರೂ.30	2013
ವಿಚಾರಗಳ ಸಮರ – ಕ್ಯಾಸ್ಟ್ರೋ	ಮೂಲ: ಫೀಡೆಲ್ ಕ್ಯಾಸ್ಟ್ರೋ, ಅನು: ಜಿ.ಎಸ್.ಮಣಿ	ರೂ.40	2013
ಅಂತರ್ರಾಷ್ಟ್ರೀಯ ಮಹಿಳಾ ದಿನ ಶತಮಾನೋತ್ಸವ ಮಾಲೆ			
ಮಹಿಳಾ ವಿಮೋಚನೆಯ ಹೋರಾಟಗಳ ನೂರು ವರ್ಷಗಳು	ಲೇ: ಎಸ್.ಕೆ.ಗೀತಾ	ರೂ.70	2011
ನೀನುಂಟು ನಿನ್ನ ರೆಕ್ಕೆಯುಂಟು – ಈ ದಶಕದ ಮಹಿಳಾ ಸಂವೇದನೆಯ ಕವನಗಳು	ಸಂ: ಮಾಧವಿ ಭಂಡಾರಿ ಕೆರೆಕೋಣ	ರೂ.95	2011
ವಿಶ್ವ ಮಹಿಳಾ ದಿನದ ರೂವಾರಿ ಕ್ಲಾರಾ ಜೆಟ್ಕಿನ್	ಲೇ: ಡಾ. ಎನ್. ಗಾಯತ್ರಿ	ರೂ.80	2011
ರೋಸಾ ಲಕ್ಸಂಬರ್ಗ್	ಅ:ಭಾರತಿ ಗಾಂವ್ಕರ್	ರೂ.60	2014
ದಶಕದ ಮಹಿಳಾ ಸಾಹಿತ್ಯದಲ್ಲಿ ಪ್ರತಿರೋಧದ ನೆಲೆಗಳು	ಸಂ:ಸಬೀಹಾ ಭೂಮಿಗೌಡ	ರೂ.70	2012
ಮಹಿಳೆ			
ಮನದ ಸೂತಕ ಹಿಂತಮೊಡೆ	ಲೇ: ಡಾ. ಮೀನಾಕ್ಷಿ ಬಾಳಿ	ರೂ.60	2010
ಕತ್ತಲಂಚಿನ ಕಿಡಿಗಳು	ಲೇ: ಡಾ. ಮೀನಾಕ್ಷಿ ಬಾಳಿ	ರೂ.40	2010
ಮಹಿಳಾ ಅಸಮಾನತೆ	ನ್ಯಾ. ಹೆಚ್.ಎನ್.ನಾಗಮೋಹನದಾಸ್	ರೂ.100	2015
ಕಥೆ–ಕಾದಂಬರಿ–ಕವನ–ವಿಮರ್ಶೆ			
ದಶರಥನ ವನವಾಸ	ಲೇ: ಚಿತ್ರಾ ಮುದ್ಗಲ್, ಅನು: ಆರ್.ಪಿ. ಹೆಗಡೆ	ರೂ.90	2008
ಸೂಫಿ ಕಥಾಲೋಕ	ಕನ್ನಡಕ್ಕೆ: ಪ್ರೊ. ಬಿ. ಗಂಗಾಧರಮೂರ್ತಿ	ರೂ.140	2008
ಬಿ ನೆಗೆಟಿವ್–ನೋವಿನೊಂದು ಮೂಟೆ	ಲೇ: ರವಿಕುಮಾರ್ ಕೆ ಎಸ್	ರೂ.20	2008
ಜ್ಯೋತಿಯೊಳಗಣ ಕಾಂತಿ	ಲೇ: ನೀಲಾ ಕೆ	ರೂ.75	2009
ಒಡಲ ಬೆಂಕಿ	ಸಂಪಾದಕರು: ವಿಠ್ಠಲ ಭಂಡಾರಿ	ರೂ.10	2009
ಬಿರುಕು ಬಿಟ್ಟ ಗೋಡೆ	ಕೆ.ಎಸ್.ರವಿಕುಮಾರ್	ರೂ.25	2009
ಆಯಿಷಾ	ಮೂಲ: ಆರ್. ನಟರಾಜನ್, ಅನು: ಎಸ್.ಬಿ.ಗಂಗಾಧರ	ರೂ.15	2010
ವಿಮರ್ಶೆಯ ಸವಾಲುಗಳು	ಎಸ್. ಶಿವಾನಂದ	ರೂ.140	2011
ಬಾವುಟದ ಬಟ್ಟೆ	ಹುಲಿಕಟ್ಟಿ ಚನ್ನಬಸಪ್ಪ	ರೂ.40	2013
ರೋಷದ ಬಣ್ಣಗಳು	ಸಂ.:ಕೆ.ಎಸ್.ವಿಮಲ	ರೂ.50	2016
ಪಂಗುರು ಪುಷ್ಪದ ಜೇನು	ಲೇ:ಪಿ.ವತ್ಸಲಾ ಅನು:ಕೆ. ಪ್ರಭಾಕರನ್	ರೂ.130	2016
ಸಾಹಿತ್ಯ ಮತ್ತು ಸಾಹಿತ್ಯೇತರ	ಲೇ:ಎಸ್ ಶಿವಾನಂದ ಸಾಸ್ವೆಹಳ್ಳಿ	ರೂ.230	2016
ಅಜ್ಜಿ ಮಡಿಲು	ಲೇ:ಯಮುನಾ ಗಾಂವ್ಕರ್, ಜೋಯಿಡಾ	ರೂ.70	2017

ಸುಬ್ಬರಾಯನ ಕುಂಟಿ	ಚಂಪ ಜೈಪ್ರಕಾಶ್	ರೂ.85	2019
ಸಾರ್ಥಕತೆ	ಇರಾವತಿ ಕರ್ವೆ ಅನು: ಚಂದ್ರಕಾಂತ ಪೋಕಳೆ;	ರೂ.85	2020

ಆರೋಗ್ಯ

ಜನಾರೋಗ್ಯದ ಸವಾಲುಗಳು	ಲೇಖಕರು: ಡಾ. ಪ್ರಕಾಶ ಸಿ. ರಾವ್	ರೂ.60	2010
ನಿಮ್ಮ ಆರೋಗ್ಯ, ನಿಮ್ಮ ಕೈಯಲ್ಲಿ	ಲೇಖಕರು: ಡಾ. ಪ್ರಕಾಶ ಸಿ. ರಾವ್	ರೂ.60	2010
21ನೇ ಕ್ರೋಮೋಜೋಮ್ ಮತ್ತು ಇತರ ಕಥನಗಳು	ಚಂಪ ಜೈಪ್ರಕಾಶ್	ರೂ.120	2015
21st Chromosome and Other Naratives	Champa Jaiprakash	ರೂ.150	2017
ಆಧುನಿಕ ಕಾಯಿಲೆಗಳ ವಿಸ್ಮಯ ಲೋಕ	ಲೇಖಕರು: ಡಾ. ಕೆ. ಸುಶೀಲಾ	ರೂ.80	2018

ದೃಶ್ಯಕಲೆಗಳು

ಚಿತ್ರ–ಕಥೆ : ಜಗತ್ತಿನ ಸಿನೆಮಾಗಳ ಅವಲೋಕನ	ಲೇಖಕರು:ಎ.ಎನ್.ಪ್ರಸನ್ನ	ರೂ.140	2008
ವ್ಯಂಗ್ಯ(ವಿ)ಚಿತ್ರ ಸಂಕಲನ	ಪಿ.ಮಹಮ್ಮದ್	ರೂ.140	2010
ಎರಡು ಕಣ್ಣು ಸಾಲದು	ವಿ.ಎನ್.ಲಕ್ಷ್ಮೀನಾರಾಯಣ	ರೂ.110	2016
ನಟನೆಯ ಕೈಪಿಡಿ–ನಟನೆಯ ಅಭ್ಯಾಸಕ್ಕಾಗಿ 10 ಟಿಪ್ಪಣೆಗಳು	ಡಾ. ಶ್ರೀಪಾದ ಭಟ್	ರೂ.65	2021

ಇಸ್ರೇಲ್ ನಿರ್ಮಿ
ಗೋಡೆಯ ಮೇ
ಒಂದು ಪ್ಯಾಲೆಸ್ತಿ
ಪೋಸ್ಟರ್